ഗ്രീൻ ബുക്സ്

ദൂരത്ത്

കെ.ജി. ശങ്കരപ്പിള്ള

അധ്യാപകൻ, ലേഖകൻ, കവി.
1948ൽ കൊല്ലം ജില്ലയിലെ ചവറയിൽ ജനനം.
ഏഴാംമൈൽ പ്രൈമറി സ്കൂൾ, കടമ്പനാട് ഹൈസ്കൂൾ,
കൊല്ലം എസ്.എൻ. കോളേജ്, കേരള സർവ്വകലാശാല
മലയാള വിഭാഗം എന്നിവിടങ്ങളിൽ പഠിച്ചു.
പട്ടാമ്പി, തൃശൂർ, എറണാകുളം എന്നീ ഗവ. കോളേജുകളിൽ
പഠിപ്പിച്ചു. പെരിന്തൽമണ്ണ, മൊകേരി, കുട്ടനെല്ലൂർ
ഗവ. കോളേജുകളിലും എറണാകുളം മഹാരാജാസ്
കോളേജിലും പ്രിൻസിപ്പലായിരുന്നു. ഇപ്പോൾ വിരമിച്ചു.
പുരസ്കാരങ്ങൾ: കടമ്പനാട് പുരസ്കാരം,
പുത്തേഴൻ പുരസ്കാരം, കേന്ദ്ര-കേരള സാഹിത്യ
അക്കാദമി അവാർഡ്, ആശാൻ പ്രൈസ്.

കൃതികൾ. കവിത, കൊച്ചിയിലെ വൃക്ഷങ്ങൾ,
കെ.ജി. ശങ്കരപ്പിള്ളയുടെ കവിതകൾ,
കെ.ജി.എസ്. കവിതകൾ.

വിലാസം: രാധാകൃഷ്ണാലയം, വാരിയം റോഡ്, തൃശൂർ - 1
Email : kgs27278@gmail.com

ലേഖനം

ദൂരത്ത്

കെ.ജി. ശങ്കരപ്പിള്ള

ഗ്രീൻ ബുക്സ്

green books private limited
little road, ayyanthole, thrissur- 680 003
ph: 0487-2361038
website: www.greenbooksindia.com
e-mail: info@greenbooksindia.com

(malayalam)
doorath
(articles)
by
k.g.sankarappillai

first published may 2009
reprinted april 2013

cover illustration: namboothiri
back cover painting: pieter bruegel
cover design : rajesh chalode

distributors
green book shop
brahmaswom madam building
m.g.road, thrissur-1
phone: 0487-2422515
isbn : 978-81-8423-137-3

GBPL/282/2010/X003

മുഖക്കുറി

ചുറ്റുമുള്ള ഭൂമികളിലും
വിദൂര ഭൂമികളിലും
നാം ദൂരത്തുതന്നെയെന്നറിയുക.

അപ്രത്യക്ഷരാകുന്ന രാജൻമാർ,
കൊടുംഹിംസകൾ,
സിൻബാദ് എന്ന സഞ്ചാരി തേടുന്ന
പച്ചത്തഴപ്പുകൾ,
പ്രത്യാശ മരിക്കാത്ത കണ്ണുകൾ,
ഭീതിയുടെ വിസ്ഫോടനങ്ങൾ
പൂക്കാത്ത ലോകഭൂപടം,
കടമ്പനാട്ടെ മുയലുകൾ...

എന്നിങ്ങനെ എത്തിപ്പിടിക്കാനാവാത്ത
ദൂരത്ത് ഒരു ലോകം.

കവി എഴുത്തുകാരനാണ്.
കവി ദാർശനികനാണ്.
കവി മനുഷ്യാവകാശ പ്രവർത്തകനാണ്.

ആത്മശുദ്ധിയിലും അനുകമ്പയിലും
വേദനയിലും വിളയിച്ചെടുത്ത
കവിതപോലെ അളന്നെടുത്ത വാക്കുകൾ.
സ്ഥാപനവത്കരിക്കപ്പെട്ട ഗോപുരങ്ങൾക്കിടയിൽ
ഒറ്റപ്പെട്ട് ഇപ്പോഴും നാം ദൂരത്തെവിടെയോ
ഇപ്പോഴും അലയുകയാണ്.

പക്ഷേ, അറിയുക കാല്പനികതയുടെയും പ്രത്യാശയുടെയും
ഒരു ചെറുനാളം എവിടെയോ കൺമിഴിച്ചിരിപ്പുണ്ട്.

ഈ നടപ്പ് എവിടേക്കാണ്?

ലോകത്തിന്റെ അവസാനം വരെ...

അല്ലെങ്കിൽ ഭൂമിയുടെ അതിർവരമ്പോളം.

കൃഷ്ണദാസ്
മാനേജിങ് എഡിറ്റർ

നന്ദി

ഈ കുറിപ്പുകളെഴുതാതെ ഒഴിയാൻ സമ്മതിക്കാഞ്ഞ ജോസ് പനച്ചിപ്പുറം, പി.എ. കുര്യാക്കോസ് (മലയാള മനോരമ) എന്നിവർക്കു നന്ദി.

2006-ൽ ആറുമാസം വ്യാഴാഴ്ചകളിൽ 'പോക്കുവരവ്' എന്ന പേരിൽ മനോരമയിൽ വന്നതാണിവ. ദൂരത്തായിപ്പോയ നേരങ്ങളുടെ വീണ്ടുകാണലിനു പുറപ്പെട്ട യാത്രയെഴുത്തുകൾ. അന്ന് ഈ കുറിപ്പുകൾക്ക് മമത തന്നവർ ഒരുപാട് പേർ. എസ്. ജയചന്ദ്രൻ നായർ, പുനത്തിൽ കുഞ്ഞബ്ദുള്ള, കാളിയത്ത് ദാമോദരൻ, സച്ചിദാനന്ദൻ, സി.ആർ. പരമേശ്വരൻ, നീലൻ, എൻ. ശശിധരൻ, ഇ. കരുണാകരൻ, എസ്. ഗോപാലകൃഷ്ണൻ, ജെ. രഘു, സി.ആർ. ഓമനക്കുട്ടൻ, സുധാ ബാലചന്ദ്രൻ, കെ.ബി. പ്രസന്നകുമാർ, ടി.ആർ. വേണുഗോപാൽ, ലക്ഷ്മി, പി.എൻ. ഗോപീകൃഷ്ണൻ, ആദിത്യൻ, പി.എസ്. മനോജ്കുമാർ, എൻ.കെ. വിജയൻ, കെ.കെ. രമാകാന്ത്, അഡ്വ. ടി.എസ്. രാജൻ, എം.ബി. സുനിൽകുമാർ റിയാദ്, രാജിരാജ്മോഹൻ, ഇവയിൽ ചിലത് ഇംഗ്ലീഷിലാക്കിയ ബിന്ദുകൃഷ്ണൻ, തുടങ്ങിയ പേരുകൾ പെട്ടെന്നോർമ്മ വരുന്നു. അവരുടെയെല്ലാം നിരീക്ഷണങ്ങൾക്കും നിരൂപണങ്ങൾക്കും നിർദ്ദേശങ്ങൾക്കും നന്ദി. ഇത് പുസ്തകമാക്കുന്ന ഗ്രീൻ ബുക്സിനും കൃഷ്ണദാസിനും നന്ദി. ആർട്ടിസ്റ്റ് നമ്പൂതിരിക്കും നന്ദി.

കെ.ജി.എസ്.

ഉള്ളടക്കം

ശ്രീലങ്കയിൽ കണ്ടത്

കൊളംബോയിൽ നിന്ന് രണ്ട് മണിക്കൂർ തെക്കാണ് പാണാദുര. നമ്മുടെ വാക്കിൽ പാണാതുറ. പുറക്കാട് വഴി കൊല്ലത്തേക്കു പോവുകയാണെന്ന് തോന്നി. കൂടെയുണ്ട് കടൽ. വരുന്നുണ്ട് പലതരം കടൽമണങ്ങൾ. കടലോരത്തെ പെരുവഴിവക്കിൽ പലവലിപ്പത്തിൽ മുറിച്ച തടിക്കഷണങ്ങൾ നിരത്തിയിട്ടിരിക്കുന്നു; പണിതീർന്ന വീഞ്ഞപ്പെട്ടികളും ചെറുമേശകളും. തുഴയും വള്ളവും കടപ്പുറത്തുടനീളം. മുക്കുവരുടെയും മരപ്പണിക്കാരുടെയും തുറ. കടൽക്കാറ്റിൽ ആ കുടിലുകൾ പറഞ്ഞത് ശ്രീലങ്കൻ സങ്കടങ്ങളുടെ ചരിത്രം. നമ്മുടെ തീരങ്ങളിലെ അതേ അയഞ്ഞ നട്ടുച്ച. അതേ തേങ്ങൽ. അതേ ശകാരം. ചെറുപാറകളിൽ തലതല്ലുന്ന അതേ തിരകൾ.

കടലിലെ എട്ടുകാലികളായിട്ടാണ് വലയുമായി നീങ്ങുന്ന വള്ളങ്ങളെ നെരുദ കണ്ടത്; ആഴത്തിൽ നിന്ന് ദൈവം കൊടുത്തയച്ച തീനായി മീനുകളെയും. പണ്ട് കൊളംബോയിൽ ഉണ്ടായിരുന്നപ്പോൾ. പാവങ്ങൾക്ക് ചെറുപങ്കുകളായി മീൻ വില്ക്കുന്ന ചന്തക്കൂക്കുകൾ കേട്ടും, കടലിന്റെ പാട്ട് വൈകുന്നേരത്തേക്ക് വളരുന്നതറിഞ്ഞും, നെരൂദ നടന്ന ആ പഴയ സിലോൺ തീരം ഇതായിക്കൂടെന്നില്ലെന്നെനിക്ക് തോന്നി.

നല്ല റോഡ്. കാറിന്റെ പോക്ക് വേഗത്തിലാണ്. കൊളൊംബോ നഗരവും അതിന്റെ ബുദ്ധപ്രതിമകളും സ്കൈലൈനും പിന്നിൽ മായുകയാണ്. എന്റെ അനിയൻ ഭാസ്കരനും കുടുംബവും തിരയിൽ ചവിട്ടിനില്ക്കുന്ന ഫോട്ടോ ഓർമ്മവന്നു. ഇവിടെവിടെങ്കിലുമായിക്കൂടെന്നില്ല അവരും പണ്ട് നിന്നത്. ഹൈക്കമീഷനിൽ അവൻ ജോലി ചെയ്തിരുന്ന കാലത്ത്.

അറുപതുകളിൽ കൊല്ലത്ത് എസ്സെൻ കോളേജ് ഹോസ്റ്റലിൽ നാട്ടികയിൽനിന്നും വലപ്പാട്ട് നിന്നും വന്ന കുട്ടികൾ കൊണ്ടുവരാറുള്ള ഭംഗിയുള്ള ലങ്കൻലുങ്കികൾ, തേയില ഡപ്പികൾ, മണങ്ങൾ...

ചെറുതുരുത്തിയിൽ ഭാരതപ്പുഴയുടെ മണലിലിരുന്ന് ഒരു രാത്രിയിൽ സി. വി. ശ്രീരാമൻ പറഞ്ഞ ശ്രീലങ്കൻ കഥകൾ ഏത് പുഴയേക്കാളും ഒഴുക്കു

ള്ളത്. കയങ്ങളും ചുഴികളുമുള്ളത്. അവ ഓർമ്മയിൽ രാപ്പക്ഷികളെപ്പോലെ പാറി.

“കടൽക്കാറ്റിൽ ഉറക്കമായോ മാസ്റ്റർ?” പിൻസീറ്റിലേക്ക് തീരത്ത് ഫാദർ റീഡ് ഷെൽടൺ ഫെർനാൻഡോ ചോദിച്ചു.

ശ്രീലങ്കയിലെ ഒരു പ്രമുഖ മനുഷ്യാവകാശപ്രവർത്തകനാണ് ഫാദർ റീഡ്. അവിടെ ജനിച്ച് വളർന്നു. തൊഴിലാളികളുടെ അവകാശങ്ങൾക്കായി പതിറ്റാണ്ടുകൾ പോരാടി. ദരിദ്രരായ പെൺകുട്ടികൾക്ക് തൊഴിൽ പരിശീലനവും അഭയവും നല്കുന്ന ഒരു തൊഴിൽ സംഘടന സ്ഥാപിച്ച് വളർത്തി. ബുദ്ധിസത്തിലും ഇന്ത്യാചരിത്രത്തിലും തെളിഞ്ഞ താത്പര്യം.

ഉച്ചയ്ക്കെന്തെങ്കിലും കഴിക്കണം. പറ്റിയ ഹോട്ടൽ കൊളംബോയിൽ ഏതാണ്, എവിടെയാണ്, എന്നൊന്നും ഒരു തനി ശ്രീലങ്കനായിരുന്നിട്ടും ഫാദർ റീഡിനറിയില്ലെന്നത് എനിക്കത്ഭുതമായി. ആരെയൊക്കെയോ ഫോൺ ചെയ്താണ് ഒടുവിൽ ഒരു ചൈനീസ് സത്രത്തിലെത്തിപ്പെട്ടത്. അതുകൊണ്ടൊരു ഗുണമുണ്ടായി. വന്നിറങ്ങി അധികം വൈകാതെ കൊളംബൊ കണ്ടു. ചൈനീസ് ഭക്ഷണപ്പേരുകളായി അടുത്ത കടമ്പ. സ്വന്തം കുശിനിക്കാരനുണ്ടാക്കുന്ന പേരില്ലാക്കറികളേ റീഡച്ചനറിയൂ.

വി.കെ.എന്നിന്റെ പയ്യനെ ധ്യാനിച്ച് ഞാൻ എന്റെ ചൈനീസ് അന്നവിജ്ഞാനകോശത്തിൽനിന്ന് ബൗണ്ടറികളും സിക്സറുകളും പായിച്ച് ഇന്ത്യയ്ക്ക് കിരീടം നേടി.

അത് കഴിഞ്ഞ് വീണ്ടും കൊളംബോ കണ്ടും കടൽ കണ്ടും വഴിയോരലങ്ക കണ്ടും ദൂരം കുറേപ്പോന്നു. ഇത്രയും നേരം ശ്രീലങ്കയിലെ കസ്റ്റഡിമരണങ്ങളെയും, പോലീസും സൈന്യവും നടത്തുന്ന അതിക്രമങ്ങളേയും പീഡനങ്ങളേയും വർദ്ധിച്ചുവരുന്ന 'കാണാതാകൽ' കേസുകളെയും, മനുഷ്യാവകാശനിഷേധങ്ങളെയും കുറിച്ച് റീഡ് സംസാരിക്കുന്നത് ഇടയ്ക്കൊക്കെ ഞാനും കേട്ടിരുന്നു. ആറായിരത്തിലധികം വരും ഇവിടെ കാണാതായ രാജന്മാർ. പത്തുകൊല്ലത്തിന്റെ കണക്കെടുത്താൽ ഇതിലും എത്രയോ ഇരട്ടിപ്പേരുണ്ടാവും. വഴിയരികിലോ കുറ്റിക്കാട്ടിലോ പുഴയോരത്തോ വലിച്ചെറിയപ്പെട്ട ജഡങ്ങൾ. ഏറെയും ചെറുപ്പക്കാരുടെ. പാതി ചുട്ടെരിച്ചതോ പാതി മൂടിയതോ, ചതയ്ക്കപ്പെട്ടതോ കെട്ടിത്തൂക്കിയതോ പുഴയിൽ ഒഴുകിച്ചീർത്തതോ. സിംഹളരോ തമിഴരോ. ആണോ പെണ്ണോ. ഇത്ര ചെറിയൊരു രാജ്യത്ത് ഇത്ര കടുത്ത ഹിംസ. അടുത്തറിയുമ്പോൾ ആരും അസ്വസ്ഥരാവും.

കൊളംബോയിലെ 'കാണാതായവരുടെ സ്മാരകം' ഒരു വലിയ ഫലകത്തിൽ മനുഷ്യാകൃതിയിൽ തുരന്നുണ്ടാക്കിയ ഒരു മഹാശൂന്യതയായത് ഗംഭീരമായി. ആരെയും പിൻതുടരും ആ ശൂന്യത. ബുദ്ധ ദർശനമായല്ല, പ്രേതമായുമല്ല, ചാവില്ലാത്ത ചോദ്യമായി.

പോലീസിന്റെ കഥയിൽ ആത്മഹത്യയോ ഗുണ്ടാവിളയാട്ടമോ നരബലിയോ ഹൃദ്രോഗമോ വാഹനാപകടോ ഒക്കെയായി മാറും ഈ പോലീസ് കൊലപാതകങ്ങൾ കര/കടൽക്കാഴ്ചകൾക്കിടയിലായിരുന്നെങ്കിലും ഞാനും കേൾക്കുന്നുണ്ടായിരുന്നു ഫാദർ റീഡിന്റെ ദുഖവും ക്ഷോഭവും. ബൗദ്ധ-ക്രൈസ്തവ-മാർക്സിയൻ പാഠങ്ങളുടെ വയലിൽ കരുണയുടെ വിളവെങ്ങനെ വർദ്ധിപ്പിക്കാമെന്നാണ് ഫാദർ റീഡ് മനുഷ്യാവകാശപ്രവർത്തനങ്ങളിലൂടെ അന്വേഷിക്കുന്നതെന്ന് തോന്നി. ജനകീയപ്രതിരോധത്തിലൂടെ മാത്രമേ ജനാധിപത്യമൂല്യങ്ങളുടെ അതിജീവനം സാധ്യമാകൂ എന്ന് തിരിച്ചറിഞ്ഞ് സ്വയം നവീകരിച്ചതായിരുന്നു അദ്ദേഹത്തിന്റെ മതസങ്കല്പവും വിശ്വാസവും. നമ്മുടെ കാപ്പനച്ചനെ അദ്ദേഹത്തിന് എത്ര അറിയാമെന്ന് എനിക്കിപ്പോഴും തിട്ടമില്ല. അടുത്ത നാളുകളിലെ സംഭാഷണങ്ങൾ താത്വിക സ്വാസ്ഥ്യം തീരെയില്ലാത്ത വഴികളിലെ പോക്കുവരവുകളായിരുന്നു. ശ്രീലങ്കൻ മണ്ണിൽ ദിവസവും ചൊരിയുന്ന ചോരയോടും പൊലിയുന്ന ജീവനോടും തൊട്ടു നിന്ന വർത്തമാനം.

എന്നെയും 'ജനനീതി'യിലെ ലോ ഓഫീസറായിരുന്ന അഡ്വ.ജാസ്മിൻ ജോസഫിനെയും കൊളംബോ വിമാനത്താവളത്തിൽ നിന്ന് പാണാദുരയിലേക്ക് കൊണ്ടുപോവുകയായിരുന്നു ഫാദർ റീഡ്. ശ്രീലങ്കയിലെ മനുഷ്യാവകാശപ്രവർത്തനങ്ങളുടെ ഏകോപനവേദിയായ 'ജനസൻസദയ'യുടെ ആസ്ഥാനത്തേക്ക്. കൊലയ്ക്കോ പീഡനത്തിനോ ഇരയായവരുടെ ബന്ധുക്കളുടെ ഒരു യോഗം പിറ്റേന്നുണ്ട്. 'ജനസൻസദയ' സംഘടിപ്പിക്കുന്നത്. പാണാദുരയ്ക്ക് തെക്ക് കലൂത്തറയിലെ ജില്ലാ സെക്രട്ടറിയേറ്റിൽ (കളക്ടറേറ്റിൽ). അതിൽ ഞങ്ങളും പങ്കെടുക്കണം. അവരെ കേൾക്കണം. അവരോട് സംസാരിക്കണം. അവർക്ക് ധൈര്യം, 'ജനനീതി'യുടെ പിന്തുണ, കൊടുക്കണം. പീഡിതർക്കും ഉറ്റവരെ നഷ്ടപ്പെട്ടവർക്കും കള്ളക്കേസുകളിൽ കുടുക്കപ്പെട്ടവർക്കുമായി മനുഷ്യാവകാശപ്രവർത്തകർ ഒരുക്കുന്ന ഒരു രാജ്യാന്തര കൗൺസലിംഗ് കൂടിയാണ്, സുപ്രീം കോടതിയിലെ മനുഷ്യാവകാശക്കോടതിയിൽ കേസ് നടത്തുന്നതുൾപ്പെടെയുള്ള ഭാവിസമരങ്ങളുടെ ആ ആലോചനായോഗം.

കാറ് പാണാദുരയിലെത്താറായപ്പോൾ ഗെയിൽ ഓംവെദ്തിന്റെ 'ബുദ്ധിസം ഇൻ ഇന്ത്യ' എന്ന പുസ്തകത്തെക്കുറിച്ചായി ഫാദർ റീഡിന്റെ വർത്തമാനം. അതിലെ 'നവായന ബുദ്ധിസവും പുതുയുഗവും' എന്ന അധ്യായത്തെപ്പറ്റി. പ്രത്യേകിച്ചും അംബേദ്കറിലൂടെ പുതുതാവുന്ന ബുദ്ധനെപ്പറ്റി. കൊളംബോയിൽ ചെറു കൂട്ടങ്ങളായി റോഡേ കടന്നുപോയ ബുദ്ധിസ്റ്റുകളെ ഞാനോർത്തു. സ്വർണ്ണ വാച്ചും മൊബൈൽഫോണും യുദ്ധത്തിനെതിരേ ഉയർത്തിയ പ്ലക്കാർഡുകളുമായിപ്പോയ കാവിവേഷക്കാർ. അവർ ശ്രീലങ്കയിലെ പുതുബുദ്ധിസത്തിന്റെ ഒരു രൂപം മാത്രം. ഫാദർ റീഡ് പറഞ്ഞു.

ക്രിസ്ത്യാനികൾക്ക് ക്രിസ്തുവും ബുദ്ധിസ്റ്റുകൾക്ക് ബുദ്ധനും അധികാരികൾക്ക് നേരും രാഷ്ട്രീയക്കാർക്ക് മൂല്യവും പോലീസിനും കോടതിക്കും നിയമവും വൈദ്യന് ആയുർസാരവും വേണ്ടെന്നായതാണ് ശ്രീലങ്കയുടെ ആധുനികത. ഇത് പറഞ്ഞ് റീഡ് ഉച്ചത്തിൽ പൊട്ടിച്ചിരിച്ചു. പിന്നെ മിണ്ടാതിരുന്നു.

■

നല്ല പോലീസുകാർ നിസ്സഹായരാണ്

പാണാദുരയിൽ നിന്ന് കലുത്തറ സെക്രട്ടറിയേറ്റിലേക്ക് ഒരു മണിക്കൂർ മതി. 'ജനസൻസദയ'യുടെ സെക്രട്ടറി ചിത്രാൾ പെരേര പറഞ്ഞു. സോവിയറ്റ് യൂണിയനിലെ ലുമുംബ സർവകലാശാലയിലെ പൂർവവിദ്യാർത്ഥി. ഇ. എം.എസ്., ഡാങ്കേ, ഹരീന്ദ്രനാഥ ചതോപാധ്യായ, ബാസവപുന്നയ്യ, ജ്യോതിബസു തുടങ്ങിയ ഇന്ത്യൻ ഇടതുപക്ഷപ്പേരുകൾ കണ്ടിട്ടുണ്ട്. കുട്ടിക്കാലത്ത് പഠിച്ച സ്കൂളിൽ മലയാളികളായ അദ്ധ്യാപകരുണ്ടായിരുന്നു. ഇംഗ്ലീഷും കണക്കും പഠിച്ചവർ. അതിൽ കുരുവിളമാഷെപ്പറ്റി ശ്രീലങ്കൻ കവി ബാസിൽ ഫെർനാൻഡോ എഴുതിയ കവിത ഞാനോർത്തു. സർക്കാർജോലി കിട്ടിയെങ്കിലും വൈകാതെ അത് വിട്ട് ചിത്രാൾ പെരേര മുഴുവൻസമയ മനുഷ്യാവകാശ പ്രവർത്തകനായി മാറി. ഇപ്പോൾ ബുദ്ധിസ്റ്റ്. ഹോംഗ്കോംഗിലെ 'ഏഷ്യൻ ഹ്യൂമൻ റൈറ്റ്സ് കമ്മീഷനു'മായി നല്ല ബന്ധം. സുന്ദരൻ. ഇടയ്ക്ക് ചായ കുടിക്കുമ്പോൾ ഭാര്യയെപ്പറ്റി പ്രേമപൂർവം വാഴ്ത്തിപ്പറഞ്ഞു. സാരി ഉടുക്കാറായ ഒരു മകളുണ്ട്.

വഴിക്കൊരു പുഴയുണ്ട്, ചിത്രാൾ പറഞ്ഞു. കലുഗംഗ. കറുത്ത ഗംഗ. പെരുമഴയായിരുന്നു, ഇക്കഴിഞ്ഞ ആഴ്ചകൾ. മെയിൻ റോഡിൽ നിന്ന് 'ജനസൻസദയ'യിലേക്കുള്ള ഇടവഴി വെള്ളത്തിലായിരുന്നു. നടക്കാൻ കരിങ്കല്ലിട്ടിരുന്നു. വയസ്സായ ആ ഓഫീസ് കെട്ടിടത്തിന് നടുമുറ്റത്തിന്റെ സ്ഥാനത്ത് ഒരു ചതുരക്കിണറും അതിന് ചുറ്റും വരാന്തയുമുണ്ട്. ആകാശത്തിലേക്ക് തുറന്നത്. അതിന്റെ വക്കോളമുണ്ടായിരുന്നു പെരുമഴക്കാലത്തിന്റെ ഓർമ്മ. അതിലെ സ്വർണ്ണമീനുകൾക്ക് പുതുവെള്ളം വളർന്ന പുതുലോകം. ഓരോ തുടിക്കലിലും അവരത് അറിഞ്ഞാഹ്ലാദിക്കുകയായിരുന്നു. ദ്വൈപായനനായ റീഡ് ഒരുപക്ഷേ ഗെയിൽ ഓംവെദ്ത് വായനയിൽ നേടിയത് ഇതുപോലൊരു പുതുവ്യാപ്തിയായിരിക്കാമെന്നു തോന്നി.

കലുഗംഗ കലങ്ങിയിട്ടുണ്ട്. കരകവിഞ്ഞൊഴുകുന്നു. പെരിയാറോളം വരില്ല. അക്കരെ ഒരു ബുദ്ധവിഹാരമുണ്ട്. അതിന്റെ ഉയരം കൂടിയ കൂറ്റൻ ചുമരിൽ ഇന്നലെയോ മിനിഞ്ഞാന്നോ പുഴ എഴുതിവെച്ചിറങ്ങിയ ക്ഷോഭ

വാക്യം മാഞ്ഞിട്ടില്ല. പാലം കടക്കുമ്പോൾ ചിത്രാൾ അത് കാണിച്ചുതന്നു. പുഴവക്കിലെ വലിയ അരയാലിന് പല നൂറ്റാണ്ടുകളിലെ പ്രളയത്തെ അതിജീവിച്ച ചരിത്രമുണ്ടെന്ന് വക്കീൽ വിക്രം ഗുണസിംഗെ പറഞ്ഞു. ഇതിലും കടുത്ത അക്രമമവുമായി വെള്ളവും കൊടുംകാറ്റും പുറപ്പെട്ട് വന്നാൽ ഇനി എത്രനാൾ ഇത് പിഴുത് പോകാതെ പിടിച്ച് നില്ക്കുമെന്ന് പറയാനാവില്ല. മണ്ണൊലിച്ചു പോയി ആറ്റിലേക്കുള്ള വേരെല്ലാം എഴുന്ന് നില്പായി. പുഴയിലേക്ക് ചാഞ്ഞ്. ചില്ലയിലെ താഴേയറ്റത്തെ ഇലകൾ ഇന്നലെ ഞാൻ കോടതി വിട്ട് വരുമ്പോഴും പുഴയൊഴുക്കിൽ മുങ്ങിപ്പൊങ്ങി ശ്വാസം മുട്ടി പിടയുകയായിരുന്നു. കരയിലെത്തിയാൽ മീനുകൾ പിടയ്ക്കുന്നതെന്തിനെന്ന് ആ അരയാലിലകൾക്കിപ്പോൾ നന്നായറിയാം. ഇന്ത്യയിലെപ്പോലെ പാരിസ്ഥിതികാവബോധം ഇവിടെ വളർന്നിട്ടില്ല. ഞങ്ങളിപ്പോഴും പ്രാകൃത ട്രൈബുകളെപ്പോലെയാണ്. പകയും പോരും കൊല്ലും കൊലയും കടന്ന് വളർന്നിട്ടില്ല. ആകെയുള്ള പുതുബോധം മനുഷ്യാവകാശവും ക്രിക്കറ്റുമാണ്. വക്കീൽ വാചാലനായി.

ആ വാക്പ്രളയത്തിൽനിന്ന് രക്ഷിക്കാനാവണം, ചിത്രാൾ പറഞ്ഞു:

ശ്രീലങ്കയിലെ തെക്കൻ പ്രവിശ്യയിലാണ് പ്രളയക്കെടുതി കൂടുതൽ. ഹിക്കഡുവ, ഗാലെ, മാതരെ തുടങ്ങിയ സ്ഥലങ്ങളിൽ അരിയും തുണിയും മരുന്നും പാത്രങ്ങളും ദുരിതാശ്വാസക്യാമ്പുകളിലെത്തിക്കുന്ന പണിയിലാണ് മനുഷ്യാവകാശ പ്രവർത്തകരിൽ അധികംപേരും. സ്വരൂപിച്ച സഹായവിഭവങ്ങളുമായി 'ജനസൻസദയ' യിൽനിന്ന് പല പ്രവർത്തകരും അങ്ങോട്ട് പോയിരിക്കയാണ്. ഇന്നത്തെ യോഗത്തിൽ അവരുണ്ടാവില്ല.

കലുത്തറ സെക്രട്ടറിയേറ്റ് ദൂരെ നിന്നേ കാണാം. അതിനുമുമ്പെ പോലീസുകാരെ കണ്ടുതുടങ്ങി. സർവത്ര ചെക്കിംഗ്. നാലാമത്തെയോ അഞ്ചാമത്തെയോ നിലയിലാണ് 'ടോർച്ചർ വിക്ടിംസ് ആന്റ് റിലേറ്റീവ്സ്'- ജനകീയാന്വേഷണത്തിന് അനുവദിച്ചിട്ടുള്ള വേദി. നൂറ്റമ്പതുപേർക്കിരിക്കാവുന്ന മഹാരാജാസിലെ ഒരു സെക്കന്റ് ലാംഗ്വേജ് ക്ലാസിന്റെ വലിപ്പമുള്ള ഹാൾ. കുറേപ്പേർ എത്തിയിട്ടുണ്ട്. തലേന്ന് തന്ന കടലാസുകളിൽനിന്ന് പേരുകളും ചാർജ്ജുകളും പോലീസ് ചെയ്ത ക്രൂരതകളും ഏറെക്കുറെ പരിചയമായിരുന്നു. ചിത്രാളിനെ എല്ലാവർക്കുമറിയാം. പോലീസുകാർക്കും അവരുടെ ഇരകൾക്കും ഇരകളുടെ ബന്ധുക്കൾക്കും സെക്രട്ടറിയേറ്റിലെ ഉദ്യോഗസ്ഥർക്കും പത്രക്കാർക്കുമെല്ലാം. സിറ്റിംഗ് ആരംഭിക്കുമ്പോഴേക്കും ഹാൾ നിറഞ്ഞു. കലുത്തറ ജില്ലയിലെ ഉൾനാടുകളിൽനിന്ന് പുലരുംമുമ്പേ പുറപ്പെട്ടവരായിരിക്കും ഇവരിലേറെയും. ഇല്ലെങ്കിൽ ആ ലലിതും ജയതിലകെയുമൊന്നും അവരുടെ അമ്മമാരും ഈ നേരത്ത് ഇവിടെ എത്തില്ല. റെയ്ഡിനു ചെന്ന പോലീസുകാർ റേപ്പ് ചെയ്ത് കൊന്നുകളഞ്ഞതാണ് അവരുടെ അനിയത്തിമാരെ. യാത്രാസൗകര്യം തീരെയില്ല. പുറപ്പെടാതെയും വയ്യ. അത്രയ്ക്കാണ് ലാത്തിയും ബയണറ്റും തോക്കും കുഗ്രാമങ്ങളിൽപ്പോലും

കൂട്ടിയിട്ടുള്ളത്. ചിത്രാൾ ആ കരിവാളിച്ച മുഖങ്ങൾക്ക് ഒരു സ്വകാര്യ മുഖവുര തരികയാണെന്ന് തോന്നി.

ഞങ്ങൾ ജനകീയാന്വേഷണ സംഘത്തോടൊപ്പം വേദിയിലിരുത്തപ്പെട്ടു. ചിത്രാളും ജനസൻസദയയുടെ ചെയർമാൻ (പേര് മറന്നു), ശ്രീലങ്കയിലെ മനുഷ്യാവകാശാനുഭവത്തിന്റെ വർത്തമാന ദുരവസ്ഥ വിവരിച്ചു. തെക്കും പടിഞ്ഞാറും കിഴക്കും വടക്കുമുള്ള പ്രവിശ്യകളിലെല്ലാം പോലീസ് രാജ് സർവകാലതിന്മയിലേക്ക് ദുഷിച്ചിരിക്കുന്നു. പഴയ കടൽക്കൊള്ളക്കാരുടേയും അക്രമിസംഘങ്ങളുടേയും പോലെ കൊലക്കൊതിയോടെ ഇരയുടെ മേൽ ചാടിവീഴുന്ന തരം ഒരു ഗാംഗ്മനശ്ശാസ്ത്രമാണ് ഇന്ന് പോലീസിന്റേത്. കാര്യപ്രാപ്തിയെ അവർ സംഘടിതഹിംസയുമായി ക്രൂരമായി കൂട്ടിക്കുഴച്ചിരിക്കുകയാണ്. ഇത് നിയമപ്രകാരമല്ല. പീഡനം കടുത്ത ശിക്ഷ അർഹിക്കുന്ന കുറ്റകൃത്യമാണ്. 1994-ൽ ശ്രീലങ്കയിൽ നിലവിൽ വന്ന പീഡനവിരുദ്ധ നിയമം (ആക്ട് നമ്പർ-22) ഇത് വ്യക്തമായി അനുശാസിക്കുന്നുണ്ട്. എങ്കിലും പീഡനം പണ്ടേക്കാൾ പെരുകി. ശ്രീലങ്കയെപ്പറ്റിയുള്ള ആംനെസ്റ്റി ഇന്റർനാഷനലിന്റെ 2002 ലെ റിപ്പോർട്ടിൽ ശ്രീലങ്കയിൽ മുൻ വർഷങ്ങളേക്കാൾ പീഡനം വർദ്ധിച്ചിട്ടുണ്ടെന്ന വിമർശനം ഉന്നയിക്കപ്പെട്ടിട്ടുണ്ട്. ഇവിടെ മനുഷ്യാവകാശങ്ങൾ ധ്വംസിക്കപ്പെടുന്നുണ്ടെന്ന് ശ്രീലങ്കൻ പ്രസിഡന്റ് തന്നെ അംഗീകരിച്ചിട്ടുണ്ടെന്ന് റിപ്പോർട്ടുകളുണ്ട്. പീഡകർക്കെതിരെ കടുത്ത നിയമനടപടികൾ ഉടൻ വരുമെന്ന് പ്രഖ്യാപിച്ചിട്ടുമുണ്ട്. പോലീസിനുമറിയാം പീഡനം നിയമവിരുദ്ധമാണെന്ന്. അറിയാഞ്ഞല്ല പീഡനം വർദ്ധിക്കുന്നത്. ഒരിക്കൽ എല്ലൊടിയുന്ന മനുഷ്യന്റെ നിലവിളിയിൽ സംഗീതം കേട്ടു രസിച്ച പോലീസ് പിന്നെ എന്നും അതു കേൾക്കാൻ വഴിയുണ്ടാക്കും. ഒരിക്കൽ ചവിട്ടേറ്റോ തല്ലേറ്റോ കുത്തേറ്റോ വെടിയേറ്റോ മരിക്കുന്ന കണ്ണിൽ അസ്തമനം കണ്ട് രസിച്ച് തുടങ്ങിയ പോലീസ് പിന്നെ എന്നും ആ കറുത്തിരുണ്ട ഡ്രാക്കുളാഹരത്തിനായി ദാഹാർത്തിയോടെ നിസ്സഹായരെ വേട്ടയാടും. നിയമപാലനത്തിന്റെ വെളുത്ത മറയിൽ മിക്കപ്പോഴും അരങ്ങേറുന്നത് ഈ കറുത്ത കൊലയാളിത്തമാണെന്നതാണ് ആധുനിക കുറ്റാന്വേഷണത്തിലെ ഏറ്റവും പ്രാകൃതമായ ക്രൂരദുരന്തം.

അധികാരവ്യവസ്ഥ മുമ്പൊരിക്കലും ജനാധിപത്യത്തിൽ ജനങ്ങളോട് ഇത്ര ക്രൂരമായി പെരുമാറിയിട്ടില്ല. ഇത്രയധികം പീഡിതരെ, വികലാംഗരെ, ഭ്രാന്തരെ, അനാഥരെ, പ്രതികരിക്കാത്തവരെ, ഭീരുക്കളെ, വിധവകളെ, പട്ടിണിക്കാരെ, ഇത്രയധികം കൊലയാളികളേയും കൊണ്ട് മുമ്പൊരുകാലവും ആരും ശ്രീലങ്ക നിറച്ചിട്ടില്ല. ഇങ്ങനെ വിറച്ചിട്ടില്ല ശ്രീലങ്കയിലെ ജനങ്ങൾ. കൊല്ലുന്ന പോലീസല്ല, നയിക്കുന്ന നിയമമാണ് നാടിന് വേണ്ടത്. തമിഴരും സിംഹളരും ശത്രുക്കളാവാൻ പാടില്ലാത്തത് പോലെ, പോലീസും ജനങ്ങളും ശത്രുക്കളാവാൻ പാടില്ല. നിങ്ങൾ ഉറ്റവരെ നഷ്ടപ്പെട്ടവരാണ്. സ്വന്തം അവയവങ്ങൾ ഛേദിക്കപ്പെട്ടവരാണ്. സുഖവും സ്വപ്നവും തകർക്ക

പ്പെട്ടവരാണ്. നിങ്ങൾ പേടിക്കാതെ പറയണം പോലീസ് നിങ്ങളോട് ചെയ്തതെന്തെന്ന്. മറക്കരുത് പോലീസ് കൊലയുദ്യോഗസ്ഥരല്ല. ജനങ്ങളെ സഹായിക്കലാണ്, ദ്രോഹിക്കലല്ല അവരുടെ പണി. അവർ മറിച്ച് ചെയ്തെങ്കിൽ അവർ കുറ്റവാളികളാണ്. ശ്രീലങ്കയിൽ മനുഷ്യാവകാശക്കോടതിയെങ്കിലും പിഴച്ച് പോകാതെ ബാക്കിയുണ്ട്. എല്ലാവർക്കും നീതി കിട്ടും വരെ ഞങ്ങൾ കോടതിയിൽ വാദിച്ച് നില്ക്കും.

'ജനസൻസദയ'പ്രവർത്തകരുടെ ഈ വാക്കുകൾ കേട്ട് കയ്യടിച്ചവരും കണ്ണ് നിറഞ്ഞവരും മുഖത്ത് മനുഷ്യാന്തസ്സ് പെട്ടെന്നുദിച്ചവരുമുണ്ട്. കണ്ണോ കൈയോ കാലോ ഉയിരോ വീണ്ട് കിട്ടിയെന്ന പോലെ നിറഞ്ഞവരുമുണ്ട്. ഭയം അവരെ വിട്ടകന്നെന്ന് തോന്നി. പേര് വിളിക്കപ്പെട്ടതനുസരിച്ച് ഒരോരുത്തരായി മൊഴി നല്കി. മുറിവുകൾ കാണിച്ച് സംസാരിക്കുമ്പോൾ അവർ വീണ്ടും ചോര വാർത്തുന്നവരായി. പോലീസ് തല്ലിക്കെടുത്തിയ കണ്ണ് തൊട്ട് പറയുമ്പോൾ അവർ വീണ്ടും കാഴ്ചകെട്ടവരാവുന്നവരായി. ഉയിരെടുക്കപ്പെട്ട ഉറ്റവരെച്ചൊല്ലുമ്പോൾ അവർക്ക് ഉയിർ നഷ്ടപ്പെട്ടത് പോലെ. വാക്ക് അലമുറയിലേക്ക് പലപ്പോഴും ആണ്ടുപോയി.

സഹായം തൊട്ടു നിന്നിട്ടും നിസ്സഹായത ചിലപ്പോഴെങ്കിലും അവരെ കീടങ്ങളിലും ചെറുതാക്കി. ഉച്ച തിരിഞ്ഞ് നാലരമണിവരെ നീണ്ട ആ തുറന്നുകാട്ടലിൽ ഹിറ്റ്ലറും ഓഷ് വിറ്റ്സും പുതിയ ജനാധിപത്യ സിംഹാസനങ്ങളിലും നാടുകളിലും ഉയിർത്തെണീറ്റിരിക്കുന്നു, പൊട്ടിച്ചിരികളോടെ, എന്ന് കാണാമായിരുന്നു. ഫാബ്രിയുടെയും വൈദയുടെയും അന്ന അഖ്മതോവയുടെയും ഓസിപ്മൻത്സ്താമിന്റെയും ഈച്ചരവാരിയരുടേയും എണ്ണമറ്റ മറ്റ് നീതിപ്പോരാളികളുടേയും ഓർമ്മ ആ ഹാളിൽ വിദൂര ദീപസ്തംഭത്തിന്റെ നോട്ടങ്ങളായി വന്ന് വീഴുന്നുണ്ടായിരുന്നു. ലങ്കയുടെ കലങ്ങി ഉയർന്ന പുഴകളുടേയും കലങ്ങിയ കടലിന്റേയും ജരകളിലും.

■

സിൻബാദിന്റെ ആ പിടിവിടായ്ക

തരം കിട്ടിയാൽ ഒരിക്കലെങ്കിലും കപ്പലിൽ യാത്ര ചെയ്യണമെന്ന് എല്ലാവരോടും പറയാൻ നിർബന്ധിക്കുന്നതായിരുന്നു നടുക്കടലിലെ സന്ധ്യ. ജലനീലിമ മായും. കടൽ കറുക്കും. ഓളങ്ങൾ അവയിൽത്തന്നെ ചേക്കേറും. ചക്രവാളവര കനക്കും. മുക്കാൽ നാഴിക മാത്രം നീളമുള്ള ഒരു ചെറു കർക്കിടകം, ആ സന്ധ്യ. കടലിരുണ്ട ശേഷവും കപ്പലിന്റെ ഡെക്കിൽ നേരിയ അന്തിരശ്മികൾ തൊട്ടു നില്ക്കും.

സൂര്യനസ്തമിക്കുമ്പോൾ ഒരു കാറ്റ് വീശും. അതിൽ പുരാതന കാട്ടരുവികൾ ഒഴുകി വരും. പണ്ടെന്നോ കരിഞ്ഞുപോയ പുല്മേടുകളുടെ പാട്ടുണർന്നുവരും. 'ദുഃഖമുണ്ടോ പരിഹാരമുണ്ട്.' എന്ന് എത്ര മുറുകിയടഞ്ഞ ഏകാന്തതയേയും അത് തഴുകിപ്പോവും. ബുദ്ധൻ പറഞ്ഞയച്ച കാട്ടരുവികൾ?

കുറേക്കഴിഞ്ഞാൽ ആന്ത്രോത്തിലെ ദീപസ്തംഭത്തിന്റെ വെളിച്ചം കാണാം ചിങ്ങക്കോണിൽ. കര കാണില്ല. കരയുടെ വെളിച്ചം മാത്രം. ശ്രീകുമാർ പറഞ്ഞു. കര കാണുന്നതാണ് ആനന്ദം, ഏത് കടൽ സഞ്ചാരിക്കും. അഷറഫ് പറഞ്ഞു. കരയാണ് എല്ലാ കപ്പലുകളുടെയും ലക്ഷ്യം. മനുഷ്യർ കടലിലിരുന്നാലും മനസ്സ് നിറയെ കരയാണ്. ഏത് കരജീവിക്കും അങ്ങനെയായിരിക്കും. നാടും നാട്ട് ബന്ധങ്ങളും. ബോധവും ചരിത്രവും കഥകളും കൊണ്ടാണ് കര കടലിനേക്കാൾ വലുതാകുന്നത്. ബോധമൊക്കെ നാം മനുഷ്യരുടെ കുത്തകയാണല്ലോ. കരകാണലെന്നാൽ രക്ഷപ്പെടലെന്നാണ് നമുക്ക് അർത്ഥം. പക്ഷേ, 'കര കാണാത്ത'വരുടെ കടലാണ് കര.

സിൻബാദിന്റെ ഒന്നാം കപ്പൽ യാത്രയിലുണ്ടായതോർമ്മയില്ലേ? നടുക്കടലിൽ കപ്പിത്താൻ ഒരു കര കണ്ടു. മനോഹരമായ ഒരു ചെറുദ്വീപ്. നിറയെ പച്ചപ്പ്. പ്രലോഭിപ്പിക്കുന്ന ഭംഗി. കപ്പിത്താൻ കപ്പൽ അവിടെ അടുപ്പിച്ചു. നങ്കൂരമിട്ടു. യാത്രക്കാരിറങ്ങി. ആർത്തുല്ലസിച്ചു. ചുറ്റിനടന്നു. വിശ്രമിച്ചു. വസ്ത്രം കഴുകി. തീപൂട്ടി ഭക്ഷണം പാകം ചെയ്തു. സീരിയൽ കണ്ടില്ല. ഇത് തന്നെയാണ്, സ്വപ്നദ്വീപ്, ആദാമിന്റെ തോട്ടം, സ്വർഗ്ഗം, എന്നൊക്കെ മൂളിപ്പാട്ടും പാടി ചുവട് വെച്ചു. പെട്ടെന്ന് ആ കര ആകെയൊന്ന് കുലുങ്ങി.

കപ്പിത്താൻ ഉറക്കെ വിളിച്ചു പറഞ്ഞു: രക്ഷപ്പെട്ടോളൂ. ഇത് കരയല്ല. ഒരു പടുകൂറ്റൻ തിമിംഗലമാണ്. നടുക്കടലിൽ പൊങ്ങിക്കിടക്കാൻ തുടങ്ങിയിട്ട് കാലം കുറച്ചായിട്ടുണ്ടാവും. പുറത്ത് വന്നടിഞ്ഞ ചേറിലും മണ്ണിലും വളർന്ന താണ് ഈ സസ്യങ്ങൾ. നിങ്ങൾ തീ കൂട്ടി അതിനെ ശല്യപ്പെടുത്തി. അത നങ്ങിത്തുടങ്ങി. ഇപ്പൊത്താഴും. വേഗം രക്ഷപ്പെട്ടോളൂ. അടുപ്പും ഉടുപ്പും പാത്രങ്ങളുമെല്ലാം കളഞ്ഞ് ആളുകൾ ജീവൻ രക്ഷിക്കാൻ നെടുനീന്തൽ നീന്തി. ചിലർക്ക് കപ്പലെത്താനായി. തിമിംഗലം രണ്ടുമൂന്ന് തവണ തന്റെ കൂറ്റൻ ഉടൽ കുടഞ്ഞിട്ട് ആഴക്കടലിലേക്ക് ആണ്ടു പോയി. കപ്പലിലെത്താൻ കഴിയാഞ്ഞ പാവങ്ങൾ ആ കീഴൊഴുക്കിൽ കൂടെത്താണു പോയി. കൂട്ടു കാർ തുണി കഴുകാനെടുത്തിരുന്ന ഒരു മരവീപ്പ ജലക്കുലുക്കത്തിൽ സിൻബാദിന്റെ കൈയിൽ മഹാഭാഗ്യമായി വന്ന് പെട്ടു. അതിൽ നിന്ന് പിടി വിട്ടില്ല. തിമിംഗലത്തിന്റെ വാല് പോലെ തിര തല്ലിക്കൊണ്ടിരുന്നിട്ടും സിൻബാദ് പിടിവിട്ടില്ല. മരണത്തോട് മല്ലിട്ട് കിണഞ്ഞിട്ടും കപ്പലിലെത്താ നായില്ല. കപ്പൽ പുറപ്പെട്ട് കഴിഞ്ഞു കടൽച്ചുഴിയുടെ രാപകലുകളിലെ സിൻബാദിന്റെ ആ പിടിവിടായ്ക നിർണ്ണായകമായി. അടിച്ചുലച്ചിട്ടാണെങ്കിലും മെല്ലെ വീശിത്തുടങ്ങിയ അനുകൂലമായ കാറ്റുകളിൽ സിൻബാദ് സാവധാനം ഒരു പുതിയ കര കണ്ടു.

ലക്ഷണമൊത്ത ഒരു ആത്മഹത്യയ്ക്കു സകല സാധ്യതയും ന്യായവും ഉണ്ടായിട്ടും സിൻബാദ് തന്നെ കൊന്നില്ല. അൽബേർ കമ്യു ആത്മഹത്യ യെക്കുറിച്ച് പറഞ്ഞ വാക്യം ഒട്ടും റെബലല്ലാത്ത ഒരു കാല്പനിക കേൾവി ക്കെറിഞ്ഞു കൊടുത്ത് തുലയ്ക്കാൻ അയാൾക്ക് അവസരമില്ലായിരുന്നല്ലോ. കടക്കെണി എന്ന വ്യവസ്ഥയുടെ കഴുമരത്തിലേറുന്നവരുടെ കാലം വന്നി രുന്നുമില്ല. മക്കളേം ഭാര്യേം കൂട്ടക്കൊല ചെയ്ത് തൂങ്ങിച്ചാവുന്നവനെ വീര നായകനാക്കിക്കൊണ്ടുള്ള മലയാളപത്രങ്ങളിലെ ഒന്നാം പേജ് ഗാഥകൾ വായിക്കാനും അതുവഴി മറ്റൊരു വീരനായകനാവാനുള്ള സൂക്ഷ്മക്ഷണം സ്വീകരിക്കാനും സിൻബാദിനെ സമയം അനുവദിച്ചുമില്ല. ഇല്ലായ്മകളിൽ ഇല്ലാതാവുന്നതായിരുന്നില്ല സിൻബാദിന്റെ ജീവൻ. അത്തരം നിഷേധപ്ര ബുദ്ധതകളിൽ നിന്നൊക്കെ ദൂരെയായിരുന്നു പോരാളിയായ സിൻബാദ്. സ്വന്തം ഉള്ളിൽ നിന്ന് നിർദ്ദേശങ്ങൾ സ്വീകരിക്കുന്ന സ്വച്ഛതടങ്ങൾ അയാ ളിൽ തരിശായിരുന്നില്ല. ഇച്ഛയുടെ നിമന്ത്രണങ്ങൾ അയാൾ കേട്ടു. ഏത് ജീവിക്കും സഹജമായ ശ്രവണശക്തികൊണ്ട്. നാഗരികത മനുഷ്യരിൽ നിന്ന് കുറവ് ചെയ്ത ജൈവസിദ്ധികളിലൊന്ന്. ആധുനികവല്ക്കരണത്തിന് നാം നല്കേണ്ടിവന്ന വലിയ വിലകളിലൊന്ന്. ആദർശങ്ങൾക്കായുള്ള ആത്മ ബലിയിൽനിന്ന് ആർത്തിക്കായുള്ള ആത്മഹിംസയിലേക്കുണ്ടായ പതനം. എല്ലാ പ്രലോഭനങ്ങളും വശമുള്ള സാത്താനാണ് ആർത്തി. മോഹിപ്പിക്കുന്ന ഒരു ചണ്ടിക്കൂമ്പാരമായി സംസ്കാരത്തെ അത് പുനർനിർവചിക്കുന്നു. ഒരു സംസ്കാരത്തിലെ ഏറ്റവും മുന്തിയ ഉല്പന്നങ്ങൾ വെറുപ്പും അസംതൃ പ്തിയും അവിശ്വാസവും ഹിംസയുമാകുന്ന അവസ്ഥ വന്നു. സ്വാതന്ത്ര്യ

സമരങ്ങളെല്ലാം പുതിയ അസ്വാതന്ത്ര്യക്കുരുക്കിലും, നവീകരണങ്ങളെല്ലാം മലിനീകരണങ്ങളിലും പ്രേമങ്ങളൊക്കെ പീഡനത്തിലും വഴി തെറ്റിത്തഴ ന്ക്കുന്ന അർബുദാവസ്ഥ.

സംസ്കാരചരിത്രം വിലാപകാവ്യമായി എഴുതാനെത്തുന്ന ഭാവികവികൾ മനുഷ്യവംശത്തിന്റെ ജൈവശോഷണപർവ്വമെഴുതുമ്പോൾ ഈ പുതിയ ബാധിര്യവും വിലപിക്കപ്പെടും. അനുതാപവാഴ്ത്ത് കേൾക്കാൻ ഓരോ മൈക്കിലും കാതു ചേർക്കു നില്ക്കുന്ന ബധിരരുടെ ലോകത്ത്.

അഷ്റഫ് കടലിലെ രാത്രിയെ ഇങ്ങനെയാക്കി. ഞാൻ നോക്കുമ്പോൾ പാതിരാച്ചന്ദ്രൻ കടലോളങ്ങളുടെ കോടാനുകോടിക്കൈകളിൽ മെഴുകുതി രികൾ കത്തിച്ച് കൊടുത്തിട്ടുണ്ട്. കടൽ ഒരു ദീപനഗരവും, കപ്പൽ ശവപേട കവുമാക്കിയിട്ടുണ്ട്. പ്രപഞ്ചം ഇപ്പോൾ ഒരു ശവഘോഷയാത്ര.

പ്രലോഭിപ്പിക്കുന്ന പരസ്യങ്ങളും ലോണുകളും വാഗ്ദാനങ്ങളും പ്രകടന പത്രികകളുമായി പുതുഭംഗികളും പച്ചപ്പുമുള്ള പുതുകരകളുയർത്തി വൻതിമിംഗലങ്ങൾ ചെറുചിരിയോടെ നഗരത്തിൽ എത്തിയിട്ടുണ്ട്.

വീണ്ടെടുക്കാനാവാത്തവിധം ഒന്നും നഷ്ടമായിട്ടില്ലെന്ന പ്രത്യാശ യുടെയും പ്രതിരോധത്തിന്റെയും ഒരു ബദൽ ബലതന്ത്രം സംസ്കാരത്തിൽ എന്നും പ്രവർത്തനനിരതം.

■

വാർത്താമിത്രന്റെ വ്യാകുലതകൾ

ആനന്ദബസാർ പത്രികയിലെ രാഘവ തളിപ്പറമ്പയും യോഗേഷ് സന്യാലും ഫ്രീലാൻസർ പ്രബോധുമായിരുന്നു ഗാംഗ്ടോക്കിലേക്ക് എനിക്ക് കൂട്ട്. സന്യാൽ കഠ്മണ്ഡുവിലേക്ക് പോകും. മാവോയിസ്റ്റ് നേതാവ് പ്രചണ്ഡയെ ഇന്റർവ്യു ചെയ്യാൻ. പ്രബോധ് ഗാംഗ്ടോക്കിലെ പ്രസിദ്ധ ബുദ്ധ സന്ന്യാസിമഠമായ റൂംടെക്കിലെ മഹാഗ്രന്ഥശാലയിൽ നില്ക്കും. മറ്റുള്ള വർക്ക് ഷാങ്കുത്തടാകം, നാഥുലാപാസ്, ഹിമാലയത്തിന്റെ ഇളയ ശിഖരങ്ങൾ, കാഞ്ചൻ ജംഗ, സിക്കിമിലെ നാടോടിക്കലകളും പാട്ടുകളും - പല ലക്ഷ്യങ്ങൾ.

"ആദ്യം സിലിഗുരിയിൽ വന്ന് നക്സൽബാരിക്ക് പോയന്നത്തെ പെരുമഴ ഓർക്കുന്നുണ്ടോ രാഘവ?" പ്രബോധ് ചോദിച്ചു.

"ഉവ്വ്. ഇയ്യിടെ പിന്നേം പോയി. ആ മഴയും ഇടിമുഴക്കവും ഇല്ലായിരുന്നു."

"എന്ത് കണ്ടു?"

"അതേ വയലുകൾ, കുളങ്ങൾ, കുടിലുകൾ, ചെറിയ വൈക്കോൽക്കൂനകൾ, പണ്ട് കണ്ട കുട്ടികളായിരിക്കുമെന്ന് തോന്നി സംശയിക്കുന്ന മുഖങ്ങളുമായി നിന്ന മധ്യവയസ്കർ. അകാലജര ചുരുക്കിയ മുഖങ്ങൾ. സന്ദർശകരിലേറെയും പത്രക്കാർ. ഫോട്ടോകൾ മെമ്മറി സ്റ്റിക്കിലുണ്ട്. സ്റ്റോറി മനസ്സിലും."

"സിലിഗുരിയിൽ നിന്ന് ഗംഗ്ടോക്കിലേക്ക് മല ചുറ്റിച്ചുറ്റിയുള്ള കയറ്റത്തിൽ പതിവാണ് പല ശിഖരങ്ങളുള്ള സംഗീതം. ഉയരത്തിനും കരിമ്പച്ചയ്ക്കും കാറ്റിനും തണുപ്പിനും ഹിമാലയസന്ന്യാസത്തിൽനിന്ന് ലോകത്തേക്ക് രക്ഷപ്പെട്ടോടുന്ന ടീസ്റ്റാ നദിക്കും മലകയറുന്ന പാതയ്ക്കുമുണ്ട് സ്വന്തം സംഗീതം." സന്യാൽ സന്തോഷിച്ചു.

"പ്രകൃതിയെ ഇങ്ങനെ വായിക്കരുത് സന്യാൽ. എനിക്കാണെങ്കിൽ അടുത്ത സീറ്റിൽ ഒരു കവാബത്തയോ തപോവനസ്വാമിയോ വേഡ്സ്വർത്തോ ഫ്രോസ്റ്റോ ആണിരിക്കുന്നതെങ്കിൽ യാത്ര പാടാ. ആത്മീയ ലഗേജ് കൂടും. അതുകൊണ്ട് സന്യാൽ, നീ കുടിയൊഴിക്കപ്പെടുന്നവരുടെ പാട്ട് കൂടി കേൾക്ക്." പ്രബോധ്.

ഒരു ചെറുമൗനത്തിൽ സന്യാൽ കുടുങ്ങി. ചുരങ്ങൾ വേഗം പിന്നിടുന്നതിൽ ഡ്രൈവർ രസിക്കുന്നുണ്ടെന്ന് തോന്നി.

"രാഘവ നിമിഷം കൊണ്ടുറങ്ങി; പ്രകൃതിയുടെ ഗഹനത ഉറങ്ങി അനുഭവിക്കയാണ്."

"അതേ സന്യാൽ. ലോകം രാത്രിയുടെ ഗഹനത അനുഭവിക്കുന്നപോലെ. ലോകം ഉറങ്ങുമ്പോൾ ഉണർന്നിരിക്കണം നാം പത്രക്കാരും കവികളുമൊക്കെ. അവരുണ്ടാവണം ഇരുട്ടിൽ, പിറവികൾക്കും പീഡനങ്ങൾക്കും പോരുകൾക്കും മരണങ്ങൾക്കും സാക്ഷികളായി. സ്ഫോടനങ്ങളുടെ ഒച്ചച്ചീളുകൾ കാതിൽത്തറഞ്ഞ്. മുറിവുകളുടെ വക്കുകളിൽ തൊട്ട്. അവരുണ്ടാവണം കാലത്തിന്റെ കോണിൽ, ചരിത്രത്തിന്റെ താവോ വസിക്കുന്നിടത്ത്. ഭീകരതകൾ മനുഷ്യരെ പിടിച്ചാഴ്ത്തുന്ന ചുഴിയാണ് ഇന്ന് വാർത്ത; കഥയും കവിതയും. വാർത്തകളാണ് ഇന്ന് നായകർ. അവയുടെ ഉത്കണ്ഠയാണ് ഇന്ന് ലോകത്തിന്റെ ഉത്കണ്ഠ. അവയുടെ ഭീതി, ലോകത്തിന്റെ ഭീതി. അവയുടെ ആഘോഷം, ലോകത്തിന്റെ ഉത്സവം. വാർത്തകളുടെ സംഗമം, ഇന്ന് സംസ്കാരം. ലോകം ലോകത്തോട് ചെയ്യുന്ന ആത്മഗതമാണ് വാർത്ത. കഥയും കവിതയുമൊക്കെപ്പോലെ. നീതിയിലേക്ക് തുറക്കുന്ന/അടയുന്ന വാതിൽ." - പ്രബോധ്.

"മുകളിൽ മഴ ശക്തമാണെന്ന് വാർത്തയുണ്ടായിരുന്നു പ്രബോധ്."

"എനിക്കിഷ്ടമാ സന്യാൽ ഗാംഗ്ടോക്കിലെ മഴ. കാഞ്ചൻ ജംഗ കാണിച്ചു തരുന്ന സിക്കിം വെയിലും, കാണിച്ചു തരാത്ത സിക്കിം മഴയും മനോഹരം."

രാഘവ ഉണർന്നു. "വേണ്ടവിധം ഉൾക്കൊണ്ടാൽ, വാർത്തകൾ ആത്മാവിനെ ലോകത്തേക്ക് മോചിപ്പിക്കും എന്ന് ശരിക്കും വിശ്വസിച്ചിരുന്ന ഒരു എഡിറ്റർച്ചങ്ങാതി പണ്ടെനിക്കുണ്ടായിരുന്നു. ബോസ്. വാർത്തയും ഒരുല്പന്നം മാത്രം, ഏറ്റവുമധികം വിറ്റഴിക്കപ്പെടുന്ന ഉല്പന്നം, എന്ന് വിശ്വസിച്ചിരുന്ന മറ്റൊരു എഡിറ്റർച്ചങ്ങാതിയും. റോയി. അവരുടെ തർക്കച്ചൂടേറ്റാണ് ഞാൻ വിരിഞ്ഞത്." രാഘവ പറഞ്ഞു. "വാർത്ത നിങ്ങളിൽ ഒരഭിപ്രായം നിർമ്മിക്കുന്നു. പരിചയം, അടുപ്പം, പൊരുത്തം, സ്വാതന്ത്ര്യം, ചിലപ്പോൾ ഒരു ആത്മീയ പൊതുസ്ഥലവും. വാർത്തയെക്കാൾ വലിയൊരു പൊതുവഴി ലോകത്തേക്ക് വേറെയില്ല. നിങ്ങളുടേത് മാത്രമായ സഞ്ചാരപഥങ്ങളും അത് തുറന്നു തരും. തികച്ചും സ്വകാര്യമായ ഭൂപടങ്ങളും ചരിത്രങ്ങളും വാർത്തകൾ നിങ്ങളിൽ നിർമ്മിക്കും. നിങ്ങളറിയാതെ നിങ്ങളിലൊരു ലോകം വളരും. യുദ്ധക്കളങ്ങളും കളിക്കളങ്ങളും വിപണിയും പുരാവസ്തുകേന്ദ്രവും ടെക്നോപാർക്കും നിങ്ങളിൽ വളരും. നിങ്ങളുമൊരു സമ്മതനിർമ്മിതി കേന്ദ്രമായെന്നും വരും.

നൈജീരിയയിലോ അഫ്ഗാനിലോ ടിമൂറിലോ ഇറാക്കിലോ കാഷ്മീർത്താഴ്വരയിലോ ഒരു വയസ്സൻ കഴുകനെ എന്ന പോലെ മരണത്തെ ആട്ടിയോടിക്കുന്ന മക്കളോട് ചേർന്ന് നിൽക്കുന്ന അമ്മമാരുടെ പ്രത്യാശ

മരിക്കാത്ത കണ്ണുകളെ നിങ്ങളുടെ ആത്മാവ് വണങ്ങുന്നത് സങ്കല്പിക്കൂ. അല്ലെങ്കിൽ കെൻ സാരോ വിവയുടെ തണുക്കാൻ മടിക്കുന്ന ജഡം തൂക്കു കയറിൽ നിന്നിറക്കുമ്പോൾ ഒരു ചെറു താങ്ങാവുന്നത് സങ്കല്പിക്കൂ. നല്ല തല്ലേ അത്? നിങ്ങളോ അവിടെപ്പോയിട്ടില്ല. പോകാതെ പോകൽ. കാണാതെ കാണൽ. പോരാടാതെ പോരാടൽ. കളിക്കാതെ കളിക്കൽ. ജീവിക്കാതെ ജീവിക്കൽ. വാർത്ത കൊണ്ടേ അത് സാധിക്കൂ. അതാ പറയുന്നെ വാർത്ത ആത്മാവിന് ദൂതും ദൂതനുമാണെന്ന്. ലോകത്തേക്ക് ദൂരക്കാഴ്ച തരുന്ന സഞ്ജയ നേത്രമാണെന്ന്. ചരിത്രത്തിലേക്കൊരു കൂട്ട്. എല്ലാ കൂട്ടുകാരേയും പോലെ വാർത്തയും ഉള്ളാലെ ഇത്തരി അകന്നേ നടക്കൂ. ഏത് ചങ്ങാതി യുണ്ട് ഒരിക്കലെങ്കിലും നരകക്കയം കാട്ടിത്തരാതെ? ഒരിക്കലെങ്കിലും പച്ചി ലയും പുതുകതിരുമായി നിങ്ങളിലേക്കുദിക്കാതെ?

ഒരു ഞായറാഴ്ച തെരുവിൽ നിന്ന് കിട്ടിയ ആരോരുമില്ലാത്ത ഒരാരോമ ലിനെ മാറോടണച്ച് ഗൗതമൻ ഇവിടെത്തന്നെയുണ്ടെന്നൊരു ചിത്രവാർത്ത വരും. എല്ലാം പോയി എന്ന് കരയല്ലേ എന്ന അടിക്കുറിപ്പിൽ നിന്ന് ഒരു കുളിർകാറ്റ് വീശും. അത് മതി ആ ഒഴിവുനാൾ നിങ്ങളുടെ ആത്മാവിന് പെരുന്നാളാകാൻ. ഈ മാജിക്ക് നമ്മെ ചരിത്രബോധത്തേക്കാൾ കെട്ടുക ഥാബോധമുള്ളവരാക്കി. എനിക്കും കുടുംബത്തിനും കഞ്ഞിയും കാറും തന്നു. ഇതുകൊണ്ടൊക്കെയാ പ്രബോധ് ഞാൻ വാർത്തയെഴുത്ത് വിടാ ത്തത്. പ്രചണ്ഡയെ ഇന്റർവ്യൂ ചെയ്യാൻ സന്യാൽ കഠ്മണ്ഡുവിലേക്ക് ഈ തണുപ്പിന്റെ കരടികളെക്കടന്ന് പോകുന്നത്." - രാഘവ പറഞ്ഞു.

"വേണ്ട വാർത്ത വേണ്ടപോലെ വരാതാവുന്നത് പതിവായി. ഉടയോരുടെ ലാഭം വാർത്തയുടെ ന്യായം എന്നായി. ഞാൻ വിട്ടു." എന്ന് പറഞ്ഞ് ചെറു ചിരിയോടെ പ്രബോധ് സീറ്റിൽ ചാരിയിരുന്നു. സിക്കിമിലെ പല ശിഖരങ്ങ ളുള്ള സംഗീതം രസിച്ച് സന്യാലും.

■

ബംഗലൂരിലേക്ക്

ഞാനും രംഗനും ദാസും വൈകുന്നേരം ചാമുണ്ഡിമല കയറുമ്പോൾ ബാംഗ്ലൂരിനെക്കുറിച്ച് സംസാരിച്ച് ചില മൈസൂർ യുവാക്കൾ ഞങ്ങളെ കടന്ന് പോയി. ഇവർ തന്നെയാണോ രാവിലെ ഹോട്ടൽ പ്രസാദിലിരുന്ന് ബാംഗ്ലൂരിനെക്കുറിച്ച് നിർത്താതെ പറഞ്ഞിരുന്നവർ?

മലമ്പാതയുടെ ഓരോ മടക്കിലും ഞങ്ങൾ പ്രണയികളെക്കണ്ടു. ചെടികളൊഴിഞ്ഞ ചെറു വെളിവുകളിലോ; ചെടികൾ മൂടിയ ചെറുമറകളിലോ. അല്ലെങ്കിൽ മലഞ്ചെരുവിലെ ഉരുണ്ട പാറയുടെ മിനുസത്തിൽ ആ സന്തോഷങ്ങൾ. തൊട്ടിരുന്ന് പാട്ടുപാടി, ഫോട്ടോ എടുത്ത്, കെട്ടിപ്പിടിച്ച്, ഉമ്മ വെച്ച്, ആരോഹണത്തിന്റെ പല ഉയരങ്ങളിൽ. പല തീവ്രതകളിൽ. പലരും കപിലരുടെ കുറിഞ്ചിപ്പാട്ടിലെ വരികളിൽ നിന്നിറങ്ങി വന്ന പോലെ. ഒന്നിനെയും പേടിക്കാതെ. അവരും ബാംഗ്ലൂരിനെക്കുറിച്ചു തന്നെ സംസാരിക്കുന്നത് കേൾക്കാമായിരുന്നു.

ചിലരുടെ ബൈക്കുകൾ പാതയോരത്ത്. കനത്ത കുറുമതിലിനോട് ചേർന്ന്. ദൂരെ തിനവയലുകൾക്ക് മീതേ പറക്കുന്ന കിളിക്കൂട്ടങ്ങളുടെ വളയൽ, തിരിയൽ, വേഗം എന്നിവ നോക്കി ബൈക്കുകൾ തല ചെരിച്ച് നിന്നു.

"എവിടെ നോക്കിയാലും പ്രേമം. മാധ്യമങ്ങളിലും ലോകത്തും. പ്രേമികൾ ഇത്രയേറെയുള്ള ലോകമെന്താ ഇങ്ങനിരിക്കുന്നെ? കൊള്ളൽ വെറുത്ത്, കൊടുക്കൽ പുകഞ്ഞ്, വാക്ക് കയ്ച്ച്? സങ്കല്പത്തിലല്ലാതെ യാഥാർത്ഥ്യത്തിൽ പ്രേമത്തിന് വലിയ സാംസ്കാരിക സ്വാധീനമൊന്നും കാണില്ല." രംഗന് തോന്നി.

വഴി ഉയരുംതോറും വലിയ ദൂരങ്ങൾ കാഴ്ചയിലേക്ക് വന്നു.

"ഇതാണോ ഉയരങ്ങളിലെ ശാന്തി? വിസ്തൃതിയുടെ ഈ അവതാരം?" രംഗൻ സംശയിച്ചു. അവൻ തന്നെ പറഞ്ഞു: "അല്ല, ആ സമാധാനം ഒരു പഴങ്കഥ. കലക്കം, കയോസ്, യുദ്ധം, യാതന, ഭീകരത, പട്ടിണി, സ്ത്രീപീഡനം, ആത്മഹത്യ, ദുരന്തം തുടങ്ങിയവയാണ് കഴുകന്മാർക്കൊപ്പം ഇന്ന്

ഉയരങ്ങളിൽ വാഴുന്നത്. അതിലൊന്ന് ഏത് നിമിഷവും ഉരുൾപൊട്ടി വാർത്തയാവും. ഭീതിയുടെ പാട്ടത്തൊടിയിലാണ് ഇന്ന് വിതയും കൊയ്ത്തും. പാലസ്റ്റീനിലോ, ലെബനനിലോ, കാശ്മീരിലോ, ടിബറ്റിലോ, അസമിലോ, വയനാട്ടിലോ, വടക്ക് കിഴക്കൻ ശ്രീലങ്കയിലോ, മതത്തിലോ, രാഷ്ട്രീയത്തിലോ, പരിസ്ഥിതിവാദത്തിലോ, അധികാരബന്ധങ്ങളിലോ, എവിടെയും എന്തിലും. ഭീതിയുടെ പദാവലിയിലാണ് ഇന്ന് ഏത് നഗരത്തിന്റെയും വിനിമയം. ഏത് നിമിഷവും ഏതു ജീവിതവും പുകഞ്ഞു തുടങ്ങാം. ഏത് വിശ്വാസവും പൊട്ടിത്തെറിക്കാം."

"യുദ്ധാനന്തര ഹങ്കേറിയൻ സിനിമയിൽ നിന്ന് നിന്നെ കേൾക്കുന്നത് പോലെ, രങ്കാ."

"അല്ല. ഒരു പ്രാചീനനവീന തെക്കേ ഇന്ത്യൻ ദൈവമലയിൽ നിന്ന് തന്നെ."

മല കയറി ഞങ്ങൾ നന്ദിയുടെ മുന്നിലെത്തി. നൂറിരട്ടിച്ച പെരുംകാള. കൂറ്റൻ ശില്പം. കിടക്കുന്ന കൊടുങ്കാറ്റ്. മണികളും മുത്തുകളും പട്ടും പ്രതാപ മുദ്രകളും ഗാംഭീര്യവും അണിഞ്ഞ്. മലമുകളിലെ ഒറ്റപ്പാറയിൽ ശൈവ ഉളി കൊണ്ട് പണ്ടുപണ്ടത്തെ കാനായിമാർ കടഞ്ഞത്.

നന്ദിയുടെ നോട്ടം സമീപത്തെ മറ്റ് നോട്ടങ്ങളെയെല്ലാം താഴെയാക്കി.

"ടാഗോർ പറഞ്ഞ ആ ഉയർന്ന ശിരസ്സാവണമെങ്കിൽ ഇത്രേമെങ്കിലും ഉറച്ച ഉയരം വേണം. ഇത്രേമെങ്കിലും കീഴടങ്ങായ്ക. ഇതിലുണ്ട് സ്വാതന്ത്ര്യത്തിന്റെ സ്വാസ്ഥ്യം; അസ്വാസ്ഥ്യവും" രംഗൻ കണ്ടു.

"എവിടേക്കായിരിക്കും ആ ഗംഭീരനോട്ടം? അത് കാണുന്നതെന്താവും? തൊട്ടടുത്ത് പൂത്തുലയുന്ന പച്ചിലക്കാടിന്റെ തരുണ താഴ്വാരമായിരിക്കില്ല. തിനയും ചോളവും നെല്ലും കരിമ്പും കൂവരകും വിളയുന്ന വയലുകളായിരിക്കുമോ? ആവില്ല. അത്തരം ദൈനംദിന ഭൗതികക്കാഴ്ചകളൊന്നുമാവാനിടയില്ല. അനന്തത, നിർവ്വേദം, മോക്ഷം, ശാന്തി, നിത്യത തുടങ്ങിയ കൂടിയ വല്ലതുമായിരിക്കും ആ കണ്ണുകൾ കാണുന്നത്." - ദാസ്.

"ആ സംശയം ഞാനിപ്പോൾ പരിഹരിക്കാം. ആധികാരികമായി അത് പറഞ്ഞുതരാൻ ഇവിടാളുണ്ട്" എന്ന് പറഞ്ഞ് രംഗൻ നേരെ പോയി നന്ദിയുടെ പൂജാരിയോട് ചോദിച്ചു. "സ്വാമി, ഒരു ചെറിയ സംശയം. എവിടേക്കായിരിക്കും മഹാനന്ദി അനുഗ്രഹപൂർവ്വം നോക്കുന്നത്?"

"അതോ? ആ കണ്ണിന്റെ നേർക്ക് നേർ ഒരു വര വരച്ചാൽ ബാംഗ്ലൂരിലെത്തും."

കുരങ്ങന്മാരും ഗൈഡുമാരും സഞ്ചാരികളും സദാശിവബ്രഹ്മേന്ദ്രരുടെ കീർത്തനവും സദാ വീശുന്ന കാറ്റും ജീവിപ്പിക്കുന്ന പാരമ്പര്യത്തിന്റെ ആ നെറുകയിൽ ഞങ്ങളും ചുറ്റി നടന്നു. ഒരു ചെറുകുടുംബം എന്റെ അടുത്തേക്കു വന്നു.

"സാറെന്നെ പഠിപ്പിച്ചിട്ടുണ്ട്. എറണാകുളം മഹാരാജാസ് കോളേജിൽ. ഇത് ഫിലിപ്പ്. എന്റെ ഭർത്താവ്."

"ഇവിടെ?"

"ബാംഗ്ലൂരിൽപ്പോയി വരുന്നു. മോൾക്കവിടെയാ ജോലി. ഇൻഫോസിസിൽ. സ്മാർട് സിറ്റി വന്നാൽ കൊച്ചിയിൽ വരാൻ പറ്റിയേക്കും. സാർ?"

"ബാംഗ്ലൂരിൽപ്പോയി വരുന്നു. മോനവിടെയാണ് ജോലി."

കേരളത്തിൽ നിന്ന് ഓരോ രാത്രിയും ബാംഗ്ലൂരിലേക്ക് കുതിക്കുന്ന ഇരുനൂറില്പരം ബസ്സുകളുടെ ഇരമ്പം കാറ്റിൽ. പഠിച്ചവരുടെ ഒഴുക്ക്.

തൊട്ടടുത്ത് ചെറിയൊരു ഗുഹാക്ഷേത്രം. ഗുഹയ്ക്കുള്ളിൽ നിന്ന് നാമമർമ്മരം പോലൊരു ജപധാര. ഗുഹ കാണാൻ കഴിഞ്ഞാൽ നന്നായി എന്നെനിക്ക് തോന്നി; നമ്മുടെ അതിപുരാതന വസതിയല്ലേ?

"ഇരുന്നേ കടക്കാനാവൂ. അത്ര താഴ്ന്ന പാറയ്ക്കടിയിലാണ് വാതിൽ. അകത്തും ഇരിക്കാനേ പറ്റൂ." ഗുഹയുടെ കാവ്യശാസ്ത്രം രംഗൻ കണ്ടുപിടിച്ചിരുന്നു. പുറത്ത് വന്ന് ആകാശത്തേക്ക് നിവരുന്ന ജപധാരയ്ക്കും സാമ്പ്രാണിമണത്തിനും എതിരേ ഇഴഞ്ഞ് ഞങ്ങൾ ഗുഹയ്ക്കുള്ളിലെത്തി. തണുപ്പ്. വിളക്ക്. നാളം. ഭസ്മത്തളിക. കർപ്പൂരം. ചെറിയ നടരാജവിഗ്രഹം. പട്ട്. ശൈവചിഹ്നങ്ങൾക്ക് നടുവിൽ വൃദ്ധതന്ത്രി. അകത്തേക്ക് നുണെത്തുന്ന സന്ധ്യയും കിളിയൊച്ചകളും. ഗുഹ, സമയത്തിന്റെ കിളിക്കൂട്. പറക്കലില്ല, ഗുഹയിൽ ചേക്ക മാത്രം. ഇരിക്കുന്ന എല്ലാറ്റിലും തൊട്ട് പാറയുടെ പരുഷാകാശം. തികഞ്ഞ സ്ഥലവിവേകത്തോടെയല്ലെങ്കിൽ അനങ്ങിയാൽ തല മുട്ടും.

"എവിടെ നിന്ന്?" വൃദ്ധതന്ത്രി ചോദിച്ചു.

"ബാംഗലൂരിൽ നിന്ന്." രംഗൻ പറഞ്ഞു.

"എവിടേക്ക്?"

"ബാംഗലൂരിലേക്ക്."

■

കബനിയിലെ കടത്തുകാരൻ

"വയനാട്ടിൽ നിന്ന് അകന്ന് പോവുകയാണ് മഞ്ഞ്. കഴുത്തിൽ കൈ ചുറ്റി മാറിൽച്ചാഞ്ഞ കോടമഞ്ഞായിരുന്നു കാട്ടുമലകളുടെ യൗവനം. നിങ്ങൾ വൈകി. പുതിയ ഡിജിറ്റൽ വീട്ടിൽ തനിച്ചായ വൃദ്ധകുടുംബത്തെപ്പോലെയാണ് ഇന്ന് വയനാട്. അടിച്ചേല്പിക്കപ്പെട്ട പുതുപരിസരവുമായി ഇണങ്ങാൻ പരുങ്ങൽ."

കുറുവദ്വീപിലേക്ക് വഴികാട്ടിയായി വന്നതാണ് ചിത്രകാരൻ ബാലു. കബനിയുടെ ഒഴുക്കിൽ ഒരു പാറയിൽച്ചവിട്ടി നിൽക്കയാണ് ഞങ്ങൾ. മുന്നിൽ കറുവ എന്ന വിസ്മയം. കണങ്കാലിൽ ഒഴുക്ക് ശൈത്യത്തിന്റെ കാട്ടുവള്ളിയായി മുറുകുന്നു. തെളിവെള്ളത്തിൽ കരിമ്പാറയുടെ ഫണങ്ങൾ. കബനിക്കൊപ്പം കൽഹള്ളിയിലേക്കും കാവേരിയിലേക്കും പോകാനായുന്ന പായൽ.

രാവിലെ ഒമ്പത് മണി. പാറ വഴുക്കുന്നുണ്ട്. കുറുവയിലേക്ക് പുഴ ഇറങ്ങിക്കേറുന്നത് ബുദ്ധിയാവില്ലെന്ന് പറഞ്ഞ് ബാലു കടത്തുകാരനെ തേടിപ്പോയി. അയഞ്ഞ പാന്റും ടീഷർട്ടും ധരിച്ച യുവ കടത്തുകാരനുമായി വേഗം തിരിച്ചെത്തി. ഡോ. റാവു: പേര്? "ചാപ്പൻ." ആദിവാസി. ബത്തേരിക്കോളേജിൽ പഠിച്ചു.

"വേറേ ജോലി?"

"ഇല്ല. ഇനീം തൊഴയണം. അക്കരെയെത്താൻ."

വള്ളമിറക്കുമ്പോൾ ചാപ്പൻ പറഞ്ഞു: രണ്ടായിപ്പിരിഞ്ഞ് കുറുവ ചുറ്റിപ്പോണ കൊണ്ട് കബനിക്കിവിടെ വീതി കുറവ്. ഒഴുക്കിന് ഊക്ക് കൂടും. ചുഴി പങ്കായത്തിൽ ചുറ്റിപ്പിടിക്കും. താഴേക്ക് വലിക്കും. അതാ കബനീടെ പണി. ഇക്കഴിഞ്ഞ മഴക്കാലത്ത് ഒരാൾ മരിച്ചു. ഒഴുക്കിൽപ്പെട്ടും, തോണി മറിഞ്ഞുമാണ് അധികം മരണോം. ചില വിരുതന്മാർ പൊഴേലേക്ക് വലിച്ചെറിഞ്ഞ് കൊന്നിട്ടുണ്ട്. പെൺകുട്ട്യോളെ.

"ഏയ്, ഈടൊന്നും അങ്ങനൊന്നും ണ്ടായിട്ടില്ല. മാധ്യമങ്ങള് പറഞ്ഞോണ്ടാക്കാ. വയനാടിന്റെ മാനം കെടുത്താൻ. ഏത് നാടുണ്ട് വെഭിചാരികളില്ലാതെ? ബലാത്സംഗികളില്ലാതെ? കള്ളവാറ്റുകാരില്ലാതെ? കൊലയാളികളും

സ്വയംകൊല്ലികളുമില്ലാതെ? ഫോറിൻ ഫണ്ടുകാരും ആഗോളചാരന്മാരുമില്ലാതെ? കള്ളനേതാക്കളില്ലാതെ? പട്ടിണിമരണമില്ലാതെ? വേറെങ്ങുമില്ലാതെ ഈടെ മാത്രമുള്ള എന്തെല്ലാം നല്ല കാര്യങ്ങൾ. അതിലൊന്നു പറയ്, നാടുകാണാൻ വന്നോരോട്. മാധ്യമങ്ങളെപ്പോലാവാതെ." - ബാലുദി വാചാലൻ.

ചാപ്പൻ ബാലുവിനെ തുറിച്ചു നോക്കി: ങ്ങള് പതിവു പോലെ വക്കാണത്തിനാ? കല്യാണം കഴിക്കാണ്ട് വയറ്റിലൊണ്ടായ പെണ്ണുങ്ങളെ പൊഴേ വലിച്ചെറിഞ്ഞ് കൊന്നിട്ടില്ലേ? ണ്ടാക്കിയോരന്നെ? കള്ളച്ചാരായത്തിൽച്ചേർത്ത് കീടനാശിനി കുടിപ്പിച്ച് കൊന്നിട്ടില്ലേ? അവരന്നെ? ങ്ങള് കണ്ടോ ചീക്കൂന്റെ മോള് വെള്ളച്ചീടെ ജഡം? ചീർത്തു പൊന്തീത്? പൊഴേന്ന് വലിച്ച് കേറ്റുമ്പൊ? പല നെറത്തിൽ കല്ലുമാലേം വളേം കമ്മലും, മുക്കുപണ്ടോമിട്ട്? ചതിച്ചോരന്നെ പാർത്തിച്ചതാ. പിന്നേം ചതിക്കാനും കുടിപ്പിച്ച് മയക്കി പൊഴേ വലിച്ചെറിയാനും. പോസ്റ്റുമോർട്ടത്തില് ആത്മഹത്യയാകാത്ത കൊല ഏതാന്ന് ങ്ങള് പറയ് വയനാട്ടില്. ആദിവാസിയെ കൊന്നിട്ടേയുള്ളൂ. ആദിവാസി ആത്മഹത്യ ചെയ്യൂല്ല. ചാരായം കുടിച്ചുചാവും. കഞ്ഞി കുടിക്കാതേം ചാവും. അതും കൊലയാ. ങ്ങടെ നാട്ടിലൊണ്ടോ ഈ ചേലെല്ലാം?

ബാലു മിണ്ടാതിരുന്നു. വള്ളം കരയ്ക്കടുത്തു. കെ. ജയചന്ദ്രന്റെ ഗംഭീര റിപ്പോർട്ടുകൾ ഞാനോർത്തു. മനുഷ്യനും പ്രകൃതിക്കും നീതിക്കുമുള്ള ഒരു ധീര മാധ്യമപ്രവർത്തകന്റെ രക്ഷാശ്ലേഷങ്ങൾ.

പ്രഫ. റാവു തിരക്കിട്ട് പറഞ്ഞു: മാഷേ, എനിക്ക് മൂന്ന് ഓർമ്മകൾ വന്നു. ഒന്ന്, രാമലക്ഷ്മണന്മാരെ ഗുഹൻ പുഴ കടത്തുന്നത് രണ്ട്, ഹെർമ്മൻ ഹെസ്സിന്റെ സിദ്ധാർത്ഥയിലെ കടത്തുകാരൻ മൂന്ന്, നമ്മുടെ ഓരോരുത്തരുടേയും ഉള്ളിലെ ആ വലിയ തോണിക്കാരൻ നദിയുടെ മൂന്നാംകര തേടുന്നത്.

ആരുമൊന്നും പ്രതികരിച്ചില്ല. കബനിയിലേക്ക് കൊഴിഞ്ഞ മുളയിലകൾ പോലെ റാവുവിന്റെ വാക്കുകൾ സഞ്ചാരികളില്ലാത്ത കുഞ്ഞുതോണികളായി ഒഴുകി, നേരത്തിന്റെ ചെറു വളവിനപ്പുറം മറഞ്ഞു.

"ടൂറിസം ഓഫീസ് തുറന്ന് കാണൂല. മടങ്ങുമ്പൊ എടുക്കാം ടിക്കറ്റ്. അക്കരെയ്ക്കാളില്ല. കൂക്ക് കേക്കുമ്പൊ പോകാം." വള്ളം കുറ്റിയിൽ കെട്ടി ചാപ്പൻ ഞങ്ങളോടൊപ്പം നടന്നു.

കുറുവയുടെ മണൽത്താരയിൽ ഇളവെയിലും തണലിന്റെ തളിരും. പ്രഭാതസവാരിക്കിടയിലെന്ന പോലെ ഇളവേറ്റ് നില്ക്കുന്ന വയസ്സായ മരമുത്തച്ഛന്മാർ. ഉഗ്രപ്രതാപികൾ. റാവു പേരുകൾ എണ്ണിപ്പറഞ്ഞു: നീർമാതളം, കരിമരുത്, താന്നി, ചടച്ചി, അകില്, തേക്ക്, വീട്ടി, പാതിരി, കൊന്ന, കാട്ടുവേപ്പ്, നൊച്ചി, മുള... പലതരം പക്ഷിഭാഷകൾ. ഭയത്തിന്റെ ചൂളം. നിലത്തെ തണുപ്പിൽ തഴച്ചുവളരുന്ന ഏകാന്തതയുടെ തൈകൾ. തീരത്തെ നനയുന്ന പാറകളിൽ സഞ്ചാരികളെഴുതിയവ മായുന്നു; കബനിയുടെ ഉളികൾ കൊത്തിയ

താളങ്ങൾക്കോ നിത്യയൗവ്വനം. ബാലു സ്വയം മറന്ന് നടരാജനായി നൃത്തമാടി.

കുറുവയിൽ ഏത് ജീവന്റെയും മനസ്സ് കാണാം. വെളിച്ചത്തിലെ വെളിച്ചം കാണാം. നാമറിയാതെ നാം ചേറ്റിക്കളയും നമ്മിലടിഞ്ഞ അപസ്വരങ്ങൾ, പാഴ്‌വാക്കിന്റെ വൈരൂപ്യം; നമ്മിലെരിയുന്ന വെറുപ്പിന്റെ നരകം. അതാണ് കുറുവയിലെ കാഴ്ചയുടെ സുതാര്യത, സമഗ്രത, സുഖം, സ്വർഗ്ഗം.

കാണാൻ കഴിഞ്ഞേക്കുമെന്ന് ഓരോ സന്ദർശകനും പ്രതീക്ഷിക്കുന്ന വന്യമൃഗങ്ങളെവിടെ? ചാപ്പൻ പറഞ്ഞു, ആദിവാസികളല്ല വന്ന വാസികളാണിതിനുത്തരം പറയേണ്ടതെന്ന്. കടക്കെണിയിൽ കുടുങ്ങിപ്പോയ കൃഷിക്കാരുടെ വീട് കണ്ടിട്ടുണ്ടോ? ചാപ്പൻ ചോദിച്ചു. അയയിൽ തുണി ജാസ്തി കാണൂല്ല; മാല മാലയായി തൂങ്ങുന്ന മയക്കുമരുന്ന് കാണും, പൊന്നിന്റെ നെറമുള്ള പാക്കറ്റുകൾ. തൂമ്പയ്ക്കും പിക്കാസിനുമിടയിൽ കീടനാശിനി ടിന്നുകൾ, കുടിച്ചുതീർന്ന കുപ്പികൾ, കാണും. കുടിച്ചു വന്ന് തല്ലിപ്പൊളിച്ച ഭാര്യേടെ തല കാണും. ചവിട്ടിപ്പൊളിച്ച വാതിൽ കാണും. പൊലരുമ്പൊ ഇഞ്ചിപ്പാടത്ത് വായീന്ന് നുര വന്ന് ഉറുമ്പരിച്ച് കെടക്കുന്ന കെടപ്പ് കാണും. സ്വന്തം ഉള്ളിലെ കീടത്തെ കഴിഞ്ഞ രാത്രി അവൻ നശിപ്പിച്ചൂന്ന് കാണും.

പിന്നെ ഒരാഘോഷം. ആത്മഹത്യയുടെ ആഘോഷം. ടി.വി. കാണിക്കും ശവം കിടക്കുന്നത്, എടുക്കുന്നത്, കവലകളും ബന്ധുവീടുകളും കടന്ന് ശവം ഘോഷയാത്രയായി അങ്ങാടീലെ മീറ്റിംഗിനെത്തുന്നത്. കൊടികൾ ചൂടുന്നത്. അമ്പതിനായിരം കിട്ടുന്നത്. ഇനി എന്റെ ശല്യമില്ലല്ലോ എന്ന് ശവം ഭാര്യെ നോക്കുന്നത്. എല്ലാം ങ്ങക്ക് വീട്ടിലിരുന്ന് കാണാം. ലോക്കൽ ചാനലിൽ നോക്കിയിരുന്നാ മാത്രം മതി.

ഇങ്ങനെ ഒരാളല്ല. അറുനൂറ്റി ഇരുപത് പേർ വയനാട്ടിൽ. സർക്കാരിന് നാണക്കേട്, സമ്മതിക്കൂല. ഒക്കെ കൊലപാതകാന്നേ ഞാൻ പറയൂ. കാടിനെ കൊന്ന് നാടാക്കിയ വേട്ടക്കാരും കുടിയേറ്റക്കാരും വ്യവസായികളും ഗോസായികളും കൊള്ളസായികളും അവരെത്തുണച്ച നേതാക്കളും ചേർന്ന് കൊന്ന കൊല. അവർക്കറിയാം, വന്യജീവികൾ ചത്തോ, ഉണ്ട്, മറവിലെങ്ങാനും മറഞ്ഞു നില്ക്കയാണോ എന്നെല്ലാം.

■

കുറ്റവും ശിക്ഷയും

1979 ഏപ്രിൽ നാലാം തീയതി ഭൂട്ടോയെ തൂക്കിക്കൊന്നു. പുലർച്ചെ. ഉറങ്ങാൻ അനുവാദമില്ലാത്ത കാവൽക്കാർക്ക് കാണാമായിരുന്നു, മൂന്ന് മണിക്കേ ഭൂട്ടോ തയ്യാറായിരുന്നു. ഷേവ് ചെയ്ത്, കളിച്ച്, നിസ്കരിച്ച്. രക്ഷാസ്വപ്നങ്ങൾ വിരിയിച്ചിരുന്ന മനസ്സ് മറഞ്ഞു കഴിഞ്ഞിരുന്നു.

അടുത്തടുത്ത് വരുന്ന ബൂട്ടുകളുടെയും തുറക്കുന്ന വാതിലിന്റെയും തരുന്ന കല്പനകളുടെയും ഒച്ചകൾക്ക് കാതോർക്കുന്ന ഒരു വിധേയ നിശ്ശബ്ദതയായി, പാക്കിസ്ഥാന്റെ ഇടിമുഴക്കമായിരുന്ന മഹാപ്രഭാഷകൻ, മുൻ പ്രസിഡന്റ്, മരണത്തെയും കേൾവിക്കതീതമായ ദൈവശാസനകളെയും കാത്ത് തടവറയുടെ നിലത്ത് ധ്യാനിയായി ഇരിക്കുന്നത് വിധിയുടെ വല്ലാത്തൊരു വ്യാപര്യയമായി ഒരു കാവൽക്കാരന് തോന്നി. ഉത്കണ്ഠയുടെ തിരകൾക്കപ്പുറമാണ് മരവിപ്പിന്റെ ഈ ശിലാകൂടം. ഇതിലും ഭാരിച്ച ഒരു ഏകാന്തത ഭൂമിയിലില്ല.

ശിക്ഷാനാളിന് മൂന്ന് ദിവസം മുമ്പേ പാക്കിസ്ഥാനിൽ നിന്നുള്ള വഴികളെല്ലാം അടച്ചിരുന്നു. വർദ്ധിപ്പിച്ച കാവൽ, കോട്ടകളുടെ ഉയരം കൂട്ടിയിരുന്നു. പാക്കിസ്ഥാന്റെ ഭാവകേന്ദ്രം ഒരു തടവുമുറിയായി. മാധ്യമപ്രവർത്തകരോട് നാലുനാൾ മുമ്പ് ആരാച്ചാർ താരാമസി പറഞ്ഞു: മരണത്തിനെന്തിന് വഴിയും വാതിലും? എന്ത് അടയലും തുറക്കലും? മരണത്തിനെല്ലാം വഴി; എല്ലാം തുറന്നവാതിൽ. ഞാൻ സാബിനെ മരിക്കാൻ സഹായിക്കുന്നേയുള്ളൂ. കൊല്ലുന്നത് ഞാനോ കയറോ കഴുമരമോ അല്ല, കോടതിയാണ്. തിരിച്ച് വിളിക്കുന്നത് അല്ലാഹുവാണ്. മറ്റെല്ലാം അതിന് നിമിത്തം മാത്രം.

ആരാച്ചാരുടെ കാഴ്ചപ്പാടായിരുന്നില്ല, യു.എൻ. മനുഷ്യാവകാശപ്രഖ്യാപനത്തിലെ 'ജീവിക്കാനുള്ള അവകാശ'ത്തിലെ നീതിബോധത്തെ പിന്തുടരുന്ന മനുഷ്യാവകാശപ്രവർത്തകർക്കും ആംനെസ്റ്റി ഇന്റർനാഷനലിനും, ലോക നേതാക്കൾക്കും. പാകിസ്ഥാന്റെ അതിരുകൾക്കും പട്ടാളനിയമങ്ങൾക്കും ഏകാധിപതിയുടെ വിവേകത്തിനും ദയയ്ക്കും പുറത്ത്, അടഞ്ഞ വാതിലുകളിൽ അവർ മുട്ടി. ഭൂട്ടോയെ കൊല്ലരുതെന്ന നിവേദനങ്ങളുമായി.

ഭൂട്ടോ കുറ്റവാളിയല്ലെന്നല്ല, കൊല്ലിക്കൽ രസമായ യുദ്ധാനന്ദനല്ലെന്നല്ല, ശിക്ഷിക്കപ്പെടരുതെന്നല്ല, നിയമവാഴ്ച വേണ്ടെന്നുമല്ല; ദണ്ഡനീതി നിർണയത്തിൽ ദീർഘവീക്ഷണമുള്ള കരുണ, മാനവികത, പ്രവർത്തിച്ചിരിക്കണമെന്നും, കുറ്റവാളിയുടെ മനസ്സംസ്കാരത്തിന് വിധി അവസരം നല്കണമെന്നും, നിയമസാധുതയുള്ള ഒരു കോടതിയായിരിക്കണം വിധി നിശ്ചയിക്കേണ്ടതെന്നുമായിരുന്നു നിവേദനങ്ങൾ.

നിവേദനവും നീതിയുമല്ല അധികാരത്തിന്റെ ഇച്ഛയാണ് വധവിധിയിൽ പ്രവർത്തിക്കുക. ധാരാളം ഉദാഹരണങ്ങൾ ചരിത്രം തരും. ഭഗത് സിംഗ്, ഇംറെ നാഗി, കയ്യൂർ സഖാക്കൾ, കെൻ സാരോ വിവ... തടസ്സമാകാനിടയുള്ളവരെ കൊന്നൊഴിവാക്കൽ. ശത്രുസംഹാരം. കോടതിച്ചടങ്ങൊന്നുമില്ലാതെ മഹാത്മാഗാന്ധി, ട്രോട്സ്കി, മാർട്ടിൻ ലൂഥർ കിംഗ്, ചെഗുവേര... മാർത്താ മെസാറോസിന്റെ 'ദി അൺബറീഡ് മാൻ' എന്ന സിനിമ കൊലയാളിയായ അധികാരത്തെയാണ് ഇംറെ നാഗിയുടെ ജീവിതം കൊണ്ട് സാക്ഷ്യപ്പെടുത്തുന്നത്. കൊല്ലാനേ കഴിയൂ തോല്പിക്കാനാവില്ല മനുഷ്യനെ എന്ന പാഠം മുഴങ്ങുന്ന സിനിമ.

സർവ്വലോക മനുഷ്യാവകാശപ്രഖ്യാപനത്തിലെ 'ജീവിക്കാനുള്ള അവകാശ'ത്തെ പൂർണാർത്ഥത്തിൽ മനസ്സിലാക്കിയാൽ വധശിക്ഷ നിരോധിക്കേണ്ടി വരുമെന്ന് ബോധ്യമായി. അന്തർദേശീയ സമൂഹം 1966ലെ രാഷ്ട്രീയ പൗരാവകാശം ഉടമ്പടിയിൽ ആ നിർദ്ദേശം ഉൾപ്പെടുത്തി. 1966-ഡിസംബർ 15-ന് വധശിക്ഷ നിരോധിക്കാനുള്ള പ്രോട്ടോക്കോളിന് യു.എൻ. അംഗീകാരമായി. രാഷ്ട്രീയ പൗരാവകാശ ഉടമ്പടി അംഗീകരിച്ചിട്ടുണ്ടെങ്കിലും അതിനോടനുബന്ധിച്ചുള്ള പ്രോട്ടോക്കോളിന് ഇന്ത്യ ഇതുവരെ അംഗീകാരം നല്കിയിട്ടില്ല. പീഡനം കുറ്റകൃത്യമായി പ്രഖ്യാപിച്ചിട്ടില്ലാത്ത അപൂർവ്വം രാജ്യങ്ങളിലൊന്നുമാണ് ഇന്ത്യ. എത്ര അപൂർവത്തിൽ അപൂർവമായ കേസായാലും ജഡ്ജിക്ക് പിഴ പറ്റാം. വക്കീലിന്റെ പ്രതിഭ പതറാം. ഒരു ശതമാനമാണ് ആ സാധ്യതയെങ്കിൽ പോലും തൂക്കിലേറ്റപ്പെട്ട നിരപരാധികൾ നിരവധിയാണ്. ശിക്ഷ ചികിത്സയാണ്; ബോധനവും. മനസ്സംസ്കരണം നേടിയ വ്യക്തിയായിരിക്കണം ശിക്ഷ കഴിഞ്ഞ് പുറത്ത് വരുന്നത്. ഈ അർത്ഥത്തിൽ വധശിക്ഷ ശിക്ഷയേ അല്ല. കുറ്റവാളിയെ ഇല്ലാതാക്കലാണത്. കണ്ണിന് കണ്ണ്, ജാതിക്ക് ജാതി. മതത്തിന് മതം. പാർട്ടിക്ക് പാർട്ടി എന്ന മട്ടിൽ വർഗ്ഗീയ/രാഷ്ട്രീയ/അധോലോക പകയും പ്രതികാരവുമായി ഇന്ന് നാട്ടിൽ കൊലപരമ്പര നടക്കുന്നതിന്റെ ന്യായവും ഇത് തന്നെ.

ശിക്ഷാനിയമത്തിന്റെ പഴയ ആധാരമായ ഈ 'പകരത്തിന് പകരം' സിദ്ധാന്തത്തിന് ഭയാനകമായ പരിമിതികളുണ്ട്. അപാരമായ ജൈവാവകാശങ്ങളുടെ ഭാഗമായി മനുഷ്യാവകാശങ്ങളെ തിരിച്ചറിയാനും

കാഴ്ചപ്പാടാക്കാനും കഴിയാത്തതാണ് ഈ പരിമിതികളിൽ പ്രാഥമികം. ആളെ കടിച്ചു കൊന്ന പാമ്പിനെ അടിച്ചുകൊല്ലാം. പകരത്തിന് പകരം. ആ പാമ്പ് ഇനി ആരേം കൊല്ലില്ല. അതോടെ സുരക്ഷിതമാകുന്നോ സമൂഹം? പക്ഷേ മുന്നിൽ ഇനിയും ഇരുണ്ട പാതകൾ; തെറ്റിയ ചുവടുകൾ. ഇനിയും ക്രോധത്തിന്റെ വിഷപ്പല്ലുകൾ. ഇനിയും കൊലകൾ. എത്ര വധശിക്ഷ കൊണ്ട് അവസാനിപ്പിക്കാനാവും ഇന്ന് സർവ്വത്ര പെരുകുന്ന ഹിംസ? കൊന്നവസാനിപ്പിക്കാൻ ഉലക്കയും കയറും കരുതിയിരിക്കുന്ന ഒരു നിയമപാലന മുറയല്ല, ജനാധിപത്യമൂല്യങ്ങൾക്ക് യുക്തം. കുറ്റവാളിവല്ക്കരണത്തിനെതിരായ സാംസ്കാരിക പ്രതിരോധത്തിലേക്കും സൈക്കോ-ലീഗൽ പോംവഴികളിലേക്കും നയിക്കുന്ന അന്വേഷണങ്ങളും പ്രവർത്തനങ്ങളുമാണ് ഇന്ന് വേണ്ടത്.

കുറ്റവാളിയുടെ അന്ത്യനാളുകളുടെ വിവരണം മാധ്യമങ്ങളിൽ വരുന്നത് കുറ്റവാളിയോട് പൊതു സഹാനുഭൂതി വളർത്തുമെന്ന് ഒരു പക്ഷമുണ്ട്. ഈ സഹാനുഭൂതിയിൽ കൊടും കുറ്റവാളിക്ക് പോലും, അയാളുടെ സഹനം ഒരു പരിധിക്കപ്പുറമായാൽ, മാപ്പ് കൊടുക്കാനുള്ള ജനസന്നദ്ധതയുടെ ഒരംശമുണ്ട്. കുറച്ച് സഹജവും കുറച്ച് നിർമ്മിതവുമാണ് ആ സന്നദ്ധത; ജനനന്മ. കേസിന്റെ തുടക്കത്തിൽ കൊലയുടെ പൈശാചികതയുടെ വിവരണം വായിച്ച് പ്രതിയെ കോടതിവളപ്പിൽ കയ്യേറ്റം ചെയ്യാനാഞ്ഞ അതേ രോഷാകുലർ തന്നെയാണിതെന്നും ഓർക്കണം.

കുറ്റവാളിയുടെ അന്ത്യനാളുകൾ, ഏറ്റുപറച്ചിൽ, സത്യമായും സൂക്ഷ്മമായും റിപ്പോർട്ട് ചെയ്യുകയാണ് വേണ്ടത്. ധാർമ്മിക ബോധത്തിന്റെ ദൗത്യം ആ എഴുത്തിനുണ്ട്. എത്ര ദരിദ്രമായ സാഹചര്യങ്ങളിൽ നിന്നും, വികലമായ സാമൂഹിക ചുറ്റുപാടുകളിൽനിന്നും, എത്ര അസംതൃപ്തമായ വൈകാരിക ജീവിതത്തിൽനിന്നും, പീഡാനുഭവങ്ങളിൽനിന്നുമാണ് ഭൂരിപക്ഷം കുറ്റവാളികളും രൂപപ്പെടുന്നതെന്ന് അത് കാണിക്കും. (കാമുകിയെ തണ്ടൂരിയടുപ്പിൽ പൊരിച്ചെടുക്കുന്ന തരം സമ്പന്ന വധാഭിരുചികളെപ്പറ്റിയും). ഭൂരിപക്ഷം കുറ്റവാളികളും നമ്മുടെ പൊതുസമൂഹത്തിന്റെ ആർത്തി മൂത്തതും കുറ്റകരവുമായ സാമൂഹ്യാസ്തിത്വത്തിന്റെ സ്വാഭാവിക പാർശ്വഫലങ്ങളാണ്. ആസക്തിയുടെ വർദ്ധിക്കുന്ന തോതും ഇന്ന് വർദ്ധിക്കുന്ന കുറ്റകൃത്യങ്ങളുടെ തോതും സമാന്തരമായിരിക്കും. വധശിക്ഷയുടെ ഭീഷണിയേക്കാൾ പൊതുസമൂഹത്തിന് ഗുണം ചെയ്യുന്നത് കുറ്റവാളിയുടെ ചരിത്രവും മനസ്സും അറിഞ്ഞിരിക്കുന്നതാണ്.

വധശിക്ഷയുടെ വാൾ ഏത് കൊലക്കേസ് പ്രതിയുടേയും ഭീകരവാദിയുടേയും തീവ്രവാദിയുടേയും തലയ്ക്ക് മീതേ എപ്പോഴും തൂങ്ങിയാടും. ഒളിവർട്വിസ്റ്റിലെ ഡിക്ക് താൻ കൊന്ന നാൻസിയുടെ മുടിയഴിഞ്ഞുലഞ്ഞു

പടരുന്ന രൂപം തെംസ് നദിയുടെ ഒഴുക്കിൽ തെളിഞ്ഞുകണ്ട് ഞെട്ടുന്നതുപോലെ കുറ്റനിമിഷത്തിന്റെ ഭീഷണരൂപം കൊലയാളിയെ വേട്ടയാടിക്കൊണ്ടേയിരിക്കും. ഒളിവിലും തെളിവിലും കോടതിയിലും ജയിലിലും. ചിലരെങ്കിലും ആത്മഹത്യയ്ക്ക് പകരം വധശിക്ഷ കൊതിച്ചുപോവും. ഈ പേക്കിനാവുകളുടെ നരകത്തിൽ നിന്നും, സാമൂഹ്യതിരസ്കാരത്തിൽ നിന്നുമുള്ള മോചനമെന്ന നിലയിൽ. ഇവിടെ നാം ചിന്തിക്കേണ്ടത് വധശിക്ഷ ജീവപര്യന്തമാക്കി കുറ്റവാളികളെ മാനുഷികമൂല്യങ്ങളിൽ പുനരധിവസിപ്പിക്കേണ്ടതെങ്ങനെയെന്നാണ്.

■

പിൻതുടരുന്ന വാക്കുകൾ

പട്ടാമ്പിയിൽ ഞാൻ താമസിച്ചിരുന്ന വീട്ടിൽ കഥാകൃത്ത് ടി.ആർ. ഇടയ്ക്കൊക്കെ വരാറുണ്ടായിരുന്നു. അവിടെനിന്ന് ഞങ്ങൾ ചെറുയാത്രകൾ പോയി. ഷൊർണൂർക്കോ തിരുവില്വാമലയ്ക്കോ രായിരനല്ലൂർക്കോ മലപ്പുറത്തേക്കോ.

ഒരിക്കൽ ടി.ആർ.വരുമ്പോൾ രാത്രിയായി. 1972 ആദ്യം. ഫോമിലാണ്. കറന്റ് പോയ രാത്രി. കൂരിരുട്ട്. സിങ്കപ്പൂർമേനോന്റെ വീട്ടിൽ പെട്രോമാക്സ് കത്തുന്നുണ്ട്. ഞങ്ങടെ വരാന്തയിലെ അരഭിത്തിയിൽ വന്നു വീഴുന്ന ആ അയൽച്ചിരിയിൽ തനിച്ചിരിക്കയായിരുന്നു ഞാൻ. ഒറ്റപ്പാലത്ത് റഫീക്ക് ടെയ്‌ലേഴ്സിൽ തുന്നാൻ കൊടുത്ത പാന്റ് വാങ്ങാനും വൈകുന്നേരം പുഴക്കരയിലെ കാറ്റൊഴുക്കിലിരിക്കാനും പോയ ചങ്ങാതിമാർ തിരിച്ചു വരുന്നതും കാത്ത്. അക്കാലത്ത് പട്ടാമ്പിരാത്രികൾക്ക് പ്രാചീനമായ ഒരു ഗഹനത തോന്നിയിരുന്നു. പ്രാകൃതമായ സാധ്യതകളും. പകൽ പുതിയത്, രാത്രി പഴയത്. യുക്തിയുടെ വെട്ടം ഒട്ടുമില്ലാതാവും ചില രാത്രികളിലെ തനിച്ചിരിപ്പിലും നടപ്പിലും. ഇരുട്ടായാൽ വാഴ വളർന്ന് കവുങ്ങാവും. കവുങ്ങ് കരിമ്പനയാവും. പാലക്കാടൻ കാറ്റിലുലയുന്ന മുളങ്കാട് മുടിവളർത്തിയ യക്ഷിയാവും. മരക്കൂട്ടത്തിൽ ഒരു രാപ്പക്ഷി പുള്ളോർക്കുടം മുഴക്കും. ആരും എന്തുമാവും. അല്ലെങ്കിൽ ആരെയും എന്തുമാക്കും ഒടിയൻ. ഏത് ഭാഷയും പറയിപ്പിക്കും. ഖസാക്ക്ഗ്ഗാമർ പട്ടാമ്പിയിലെ കരിമ്പനകളിലും പ്രതാപമേറ്റിയിരുന്നതിനാൽ യക്ഷികൾ കൂടുതൽ ജ്ഞാനസുന്ദരികളായിരുന്നു. ഉള്ളിലെ മാവോയിസത്തിന് തടയാനാവാത്ത ഉയിർത്തെഴുന്നേല്പുകൾ.

പെട്ടെന്ന് ഗേറ്റിലെ ഇരുട്ടിലൊരു മലയാളം. "സഖാവേ, ഈയൊരു വീടേയുള്ളോ പട്ടാമ്പിയിൽ? അതോ എല്ലാ വഴിയും ഈ റോമിലേക്കോ?" ഹൊ! ടി.ആർ.! "ബസ്സിറങ്ങി. ഒന്നും കാണാൻ വയ്യ. നേരേ നടന്നു. ഞാനെത്തി. ഇരുട്ടിൽ ഏത് വഴിയും കുണ്ടുവഴി. വെളുത്തതായിരുന്നു ടാറെങ്കിൽ മതത്തിലെയും രാഷ്ട്രീയത്തിലെയും പോലെ ഇരുട്ടിലും വഴി കണ്ട് നടക്കാമായിരുന്നു." ടി.ആർ. തുടർന്നു. "ഇരുട്ടിൽ ഒരു ചോദ്യം. തൊട്ടു പിന്നിൽ" "ചുണ്ണാമ്പുണ്ടോന്നാവും, യക്ഷി?"

"ഏയ്. ധർമ്മപുത്രരാണോന്ന്. ഒരു പട്ടി. സ്ലാങ്ങ് കേട്ടപ്പോഴേ തോന്നി തെരുവ് പട്ടിയാണെന്ന്. ശങ്കരാ, വിടാതെ പിന്തുടരുകയാണ് ചില മലയാള വാക്കുകളെന്നെ." എപ്പോഴും? "കൊച്ചി വിട്ടാൽ, തീർച്ച."

ഇങ്ങനെ പിന്തുടർന്നുപോയ വാക്കുകൾ/നാട്, മാധവിക്കുട്ടിയും കോവിലനും നന്തനാരും എം.ഗോവിന്ദനും വിക്കേയെന്നും ഒ.വി.വിജയനും കാക്കനാടനും എം.പി.നാരായണപിള്ളയും മുകുന്ദനും ആനന്ദും സക്കറിയയും സേതുവും സി.വി.ശ്രീരാമനും എൻ.എസ്.മാധവനും ഇ. കരുണാകരനും ജയശീലനും മുസാഫിറുമൊക്കെയായിട്ടാണ് കേരളത്തിൽ തിരിച്ചെത്തിയത്. അവർ ഇക്കഴിഞ്ഞ പതിറ്റാണ്ടുകളിൽ ലോകം കടന്നുപോന്ന ദാർശനികവും വൈകാരികവും പ്രത്യയശാസ്ത്രപരവുമായ ഇടങ്ങളുടെയും ഇടുക്കുകളുടെയും ആഴങ്ങളുടെയും ഏറ്റവും തെളിഞ്ഞ മലയാള അടയാളങ്ങളായി. മലയാളത്തിന് വെളിയിൽ ജീവിക്കുന്നവരുടെ സാഹിത്യേതരപ്രവർത്തനങ്ങളിലൂടെയും മലയാളം ഇക്കാലത്ത് മുന്നോട്ട് വലിയ ചുവടുകൾ വെച്ചു. 'സമീക്ഷ'യും 'അന്വേഷണ'വും 'ജയകേരള'വും പോലെ നല്ല പ്രസിദ്ധീകരണങ്ങൾ കേരളത്തിന് പുറത്ത് ജീവിക്കുന്നവരിൽ നിന്ന് വന്നു. മികവിൽ അത്ര മുന്നിലെത്താത്തവയെങ്കിലും 'വിശാലകേരളം' പോലെ ശ്രദ്ധിക്കപ്പെട്ട മറുനാടൻ പ്രസിദ്ധീകരണങ്ങൾ ധാരാളമുണ്ടായി. മുംബൈയിൽനിന്ന്, 'ജ്വാല', വൈറ്റ്ലൈൻ, പൂനെയിൽനിന്ന് 'പ്രവാസി ശബ്ദം', ദില്ലിയിൽനിന്ന് 'നാരായം', ഗൾഫ്മലയാളികളുടെ മുൻകൈയിൽ മൂന്നാമിടം സാംസ്കാരികട്രസ്റ്റിന്റെ 'സംസ്കാരങ്ങളുടെ സംഭാഷണം', അമേരിക്കയിൽ നിന്ന് പല മലയാളം പ്രസിദ്ധീകരണങ്ങൾ വന്നു. മലയാളി മലയാളം മറക്കുന്നു എന്നതിന് എതിർത്തെളിവുകൾ ഇനിയും കൂടുതൽ വന്നേക്കും.

ഇപ്പോൾ 'മൂന്നാമിടം.കോം', 'തർജ്ജനി' (ചിന്ത.കോം), അമേരിക്കൻ മലയാളികളുടെ പ്രേരണയിലുള്ള 'പുഴ.കോം', കേരളത്തിൽനിന്ന് തന്നെയുള്ള 'ഹരിതകം.കോം', 'ഇന്ദുലേഖ.കോം', നല്ല നിരവധി ആഴ്ചപ്പതിപ്പുകളും മാസികകളും നെറ്റിൽവരുന്നുണ്ട്. നെറ്റ്മാഗസിൻ ദേശപരിധികളിലല്ല. ഭാഷാപരിധിയിലാണെന്നും പറഞ്ഞുകൂടാ. പ്രവാസിതയെ ഇത് മാറ്റി എഴുതുന്നു. കേരളത്തിന്റെയും ലോകത്തിന്റെയും വർത്തമാനകാലം ഏത് നല്ല മലയാളം പ്രസിദ്ധീകരണത്തിലും പോലെ അവയിലും നാമിന്നനുഭവിക്കുന്നു. അവ നോക്കുന്നവരുടെ എണ്ണം പല മലയാളം ആനുകാലികങ്ങളുടെ വായനക്കാരുടേതിനേക്കാൾ കൂടുതലാണ്. അവ നിർമ്മിക്കുന്നതിന് നവസർഗ്ഗാത്മകതയുടെ ഒരു പൊതുസ്ഥലവും, ഈ-മെയിലുകൾ വഴി നടത്തപ്പെടുന്ന ബദൽ പ്രതിരോധ വിനിമയങ്ങൾകൂടി പരിഗണിക്കുമ്പോൾ ആഗോളകോയ്മയ്ക്കെതിരായ ഒരു നവദേശീയസ്വത്വവുമാണ്. സാംസ്കാരിക വിനിമയത്തിൽ നാം ഒരു ആഗോള പുതുസ്ഥലത്തെത്തിയിരിക്കുന്നു എന്നതാണ് സത്യം. ഒരു

ജനത എന്ന നിലയിൽ മലയാളിയുടെ സ്വത്വവും ഏകാന്തതയും ദേശീയതയുടെ പ്രത്യയശാസ്ത്രം സജീവമായിരുന്ന കോളനിവിരുദ്ധ സ്വാതന്ത്ര്യസമരങ്ങളുടെ കാലത്തേക്കാൾ സ്വയം ബോധ്യം കൊണ്ടും യാഥാർത്ഥ്യബോധം കൊണ്ടും ഇന്ന് കൂടുതൽ പ്രബുദ്ധമാണ്. പ്രവാസിഭാവം ഇന്ന് ഗൃഹാതുരതയല്ല, നവസാമൂഹികതയാണ്. നാട്ടിലെ ഇന്നലെയിലല്ലവർ, ലോകത്തെ ഇന്നിലാണ്. ഓർമ്മയിലേക്കാൾ ചരിത്രത്തിൽ പുനർനിർവചിക്കപ്പെട്ട പ്രവാസി സർഗാത്മകതയാണ് ഇന്നുള്ളത്; ഭാഷാബോധവും. ജേണലുകളും കഥയും കവിതയും മാത്രമല്ല, പ്രവാസികളെഴുതുന്ന ചിന്തകളും ചിത്രങ്ങളും സിനിമകളും കോളങ്ങളും കാർട്ടൂണുകളും പ്രതിഫലിപ്പിക്കുന്നുണ്ട് ഈ സ്വത്വ വികാസം. ദില്ലി മലയാളികളായ വി.സനിലിന്റെ ലേഖനങ്ങളും കെ.എം.മധുസൂദനന്റെ ചിത്രങ്ങളും സിനിമകളും എസ്. ഗോപാലകൃഷ്ണന്റെ 'ജലരേഖകളും' ഇ.പി.ഉണ്ണിയുടെ കാർട്ടൂണുകളും സച്ചിദാനന്ദന്റെ ദില്ലിക്കവിതകളും ഉദാഹരണങ്ങൾ. ചാനലുകളുടെ ദോഷങ്ങളേക്കാൾ അവയുടെ സാംസ്കാരിക ഗുണങ്ങളാണ് കൂടുതൽ പ്രസക്തം, ജനകീയം, വിപുലം, നവീനം. രമണന്റെ കയ്യെഴുത്തുപ്രതി പകർത്തിയെടുത്തിരുന്ന നാളുകളിൽ നിന്ന് പ്രവാസി മലയാളിയുടെ സാംസ്കാരിക വിശപ്പും അഭിരുചിയും കൂടുതൽ ആഴം കൊണ്ടിട്ടുണ്ട് എന്ന് സാരം. അവർ പ്രവാസികളാണെന്ന് തന്നെ എനിക്ക് തോന്നാറില്ല.

മുംബൈ കവിതാസമിതി അഞ്ച് വർഷമായി 'നഗരകവിത' എന്ന വാർഷിക സമാഹാരം പ്രസിദ്ധീകരിക്കുന്നു. കേരളത്തിന് വെളിയിലെ നഗരങ്ങളിൽ പാർക്കുന്ന മലയാളികളായ കവികളുടെ കവിതകൾ. സ്ഥലപരമായും കലാപരമായുമുള്ള മലയാളിക്കവിതയുടെ ലോകവിന്യാസം അടയാളപ്പെടുത്തുന്ന ഒരു നല്ല സംരംഭം. 'പ്രവാസിക്കവിത' ഇല്ലാതാവുകയും ലോകത്തിന്റെ പലഭാഗങ്ങളിൽ ഇന്നെഴുതപ്പെടുന്ന മലയാള കവിത, തമിഴ്, തെലുങ്ക്, ഹിന്ദി, മറാത്തി, ബംഗാളി... നവസാമൂഹികതയുടെ കവിതകൾ, സാധ്യവും സത്യവുമായി. ബ്രിട്ടീഷ് കവിത കോളനിവിരുദ്ധ നൂറ്റാണ്ടുകളിലൂടെ നേടിയതിലും വിപുലമായ ഒരിടം ഇന്ന് കൊളോണിയൽ ഭാഷ അല്ലാതായ/മൂന്നാം ലോക ഇംഗ്ലീഷ് സാഹിത്യത്തിനും പുതിയ 'പ്രവാസി' എഴുത്തിനുമുണ്ട്. പിൻതുടരുകയല്ല കൂടെ വളരുകയാണ് ഇവിടെ വാക്ക്. ■

വീട്ടിൽ നിലാവ് കടക്കണം

വിളക്കണഞ്ഞു. നിലത്ത് നിലാവ്. പാലുപോലെ, ചിരിപോലെ, സ്വപ്നം പോലെ, നഗ്നത പോലെ, എന്നെല്ലാം വാഴ്ത്തപ്പെട്ട വീട്ടിലെ നിലാവ്. ജനാലയുടെ സൗമ്യാഖ്യാനം.

റിപ്പോർട്ടറുടെ ചോദ്യങ്ങളുടെ ഓർമ്മയിൽ ഉറക്കം ഒഴിഞ്ഞുനിന്നു. "ഇക്കഴിഞ്ഞ അമ്പത് വർഷത്തിനിടയിൽ മലയാളവാക്കിൽ എന്ത് വളർന്നു? നേരേ നുണയോ? ഇരുട്ടോ വെളിച്ചമോ? ധൈര്യമോ ഭയമോ? ദയയോ ക്രൂരതയോ? മിത്തോ യാഥാർത്ഥ്യമോ? അറിവോ മൗഢ്യമോ? അതോ വാക്കിന് വയസ്സായോ? നരയും ജരയും തിമിരവുമായി വാക്കിന്റെ സാധ്യതകൾ മങ്ങിയോ?"

ചോദ്യം കൈതയോലകൾ പോലെ കമാനങ്ങളായി. വക്കിലും പിന്നിലും മുള്ളുകളുണ്ട്. തൊടുന്നത് സൂക്ഷിച്ച് വേണം.

"അമ്പത് കൊല്ലം മുമ്പത്തേക്കാൾ മലയാളവാക്കിൽ ലോകം വളർന്നിട്ടുണ്ട്. നേരും നുണയും പറ്റിപ്പും തട്ടിപ്പും മിത്തും യാഥാർത്ഥ്യവും വിവരവും വിവരക്കേടും ദൃഢപ്പെട്ടിട്ടുണ്ട്. അമ്പത് കൊല്ലം മുമ്പായിരുന്നു ഭാഷയ്ക്ക് വാർദ്ധക്യം. ഇപ്പോൾ നിറയൗവ്വനമാണ്. ആസക്തികൾ, മദാലസത, നാൾതോറും തഴച്ചു വളരുന്നു."

"ഇന്ന് ഭാഷ അപൂർണമാണെന്ന് തോന്നാറുണ്ടോ?

"പോളിഗ്രാഫ് വന്നതിൽ പിന്നെ മൊഴിമിടുക്ക് മങ്ങിയിട്ടുണ്ട്. ഹൈദരബാദിൽ കൊണ്ടുപോയി വാക്കിലെ നുണയെടുക്കുമെന്നായത് വലിയ അടിയായിട്ടുണ്ട്."

"ബ്രെഹ്റ്റ് പറഞ്ഞതല്ലേ പണ്ടേയിത്? ഒരു നാൾ സാഹിത്യം പരിശോധിക്കപ്പെടുമെന്ന്?"

"അതേ. എന്നാലും ഇത്ര പെട്ടെന്നിത് പ്രതീക്ഷിച്ചില്ല. കുട്ടിക്കാലത്ത് നിലവറയിലെ ഇരുട്ടിലും കുറ്റിക്കാട്ടിലും മരക്കൊമ്പത്തും മറ്റും ഒളിച്ചിരുന്നതിന്റെ സുഖം മുതിർന്നാലും കിട്ടുന്നത് നാല് നുണ പറയുമ്പോൾ മാത്രമാണ് ചങ്ങാതി. ആവിഷ്കാരത്തിന്റെ അഴകിന് വേണം നുണയുടെ

നിറങ്ങളും എരിവും മധുരവുമൊക്കെ. ഭാവനയെന്നത് തന്നെ നുണയുടെ പേരല്ലേ?"

"എറിക് ബേണിന്റെ ഗെയിംസ് പീപ്പിൾ പ്ലേ' സാർ വായിച്ചിട്ടുണ്ടോ? ഒരു കളിയും കളിയല്ലെന്നാ ബേൺ തെളിയിക്കുന്നത്. സംസ്കാരം എന്ന ഭാഷയുടെ ആദിരൂപങ്ങൾ, ആഴഗ്ഘടനകൾ, കുഞ്ഞുന്നാളിലെ കളികളിൽ വായിക്കാം. ബന്ധങ്ങളുടെ മനശ്ശാസ്ത്രം."

"തീർച്ചയായും"

"സർഗാത്മകതയ്ക്ക് സാങ്കേതിക വിദ്യ തടസ്സമായെന്നാണോ?"

"നുണയില്ലാതെന്ത് സർഗ്ഗാത്മകത? പ്രേമം? സൗന്ദര്യം? വിപ്ലവം? വിവാദം? വ്യാപാരം? സജീവത? തെരഞ്ഞെടുപ്പ് വിജയം? അധികാരം, ഗ്ലാമർ?"

"എല്ലാം വില കെട്ടോ?

"ഇല്ല. വാക്ക് വിശ്വസിക്കുന്നവർ കുറഞ്ഞു. ആൾക്കാരിന്ന് പ്രവൃത്തിയും കൂടി നോക്കുന്നുണ്ട് പൊരുളറിയാനും പ്രത്യയശാസ്ത്രം നിർണ്ണയിക്കാനും. പറയുന്നത് മാത്രമല്ല പ്രവർത്തിക്കുന്നതും കൂടിയാണ് വാക്ക്; നുണയും. രണ്ടിലും വേണം നുണപരിശോധന. നേരറിയാൻ. ഉള്ളുകള്ളികളറിയുന്നവരുടെ എണ്ണം കൂടിയത് പൊതുബോധത്തിലെ പ്രതിരോധത്തിന്റെ വളർച്ചയാണ്. പക്ഷേ, അത് വിജയങ്ങളുടെ പകിട്ട് കുറച്ചിട്ടുണ്ട്. സ്വീകരണങ്ങൾ സംഘടിപ്പിക്കപ്പെടുന്നുണ്ടെങ്കിലും, എല്ലാം ആഘോഷിക്കപ്പെടുന്നുണ്ടെങ്കിലും, ജനങ്ങൾ വിശ്വസിക്കാത്ത പെരുമ നാട്ടിൽ പെരുകി വരുന്നു. അത് മൂഢനേത്രങ്ങളിൽ മാത്രമുള്ള മഴവില്ലാണെന്നറിയുന്നവർ ഇന്ന് കുറവല്ല. വാഗ് വ്യവസായികൾക്ക് ഇതൊരു ക്ഷീണകാലം തന്നെയാണ്."

"ഉറക്കം, സ്വസ്ഥത, കിട്ടാറുണ്ടോ?"

"ശാന്തി പണ്ടായിരുന്നു. കുട്ടിക്കാലത്തും പണ്ട് പണ്ടുമുണ്ടായിരുന്ന നിലാവ്."

"സാർ ആധുനികതയുടെ...?"

"വിമർശകനും വക്താവും പ്രയോക്താവും. പുതിയ എഴുത്ത് അശാന്തിയിൽ നിന്നാണ്. ടെൻഷന്റെ വാസ്തുവിദ്യ; ബഹുനില നിർമ്മിതികൾ".

നീണ്ട പ്രവാസത്തിന് ശേഷം സ്വദേശത്തിൽ തിരിച്ചെത്തി ജാപ്പനീസ് കവി, മാറ്റ്സുവോ ബാഷോ, ഹൈക്കുകളുടെ പെരുന്തച്ചൻ. നാട്ടിലെ ഒരു പഴയ ദേവാലയത്തിനു മീതേ കണ്ട പൂർണ്ണചന്ദ്രനെപ്പോലെയായിരിക്കണം കവിയുടെ വാക്കെന്ന് ബോഷോയ്ക്ക് തോന്നി. തുളുമ്പുന്ന ഒരു നിറഞ്ഞു നില്പ്. വഴി ഉണർത്തുന്ന മേൽനോട്ടം.

അമ്പത് കൊല്ലം കൊണ്ട് നമ്മുടെ ഭാഷയ്ക്ക് യുവത്വം കൂടി; ഈ ഭാഷയിൽ ജീവിക്കുന്നവർ വൃദ്ധരുമായി.

തൃശൂരിലെ ഈ വീട് പണിയുമ്പോൾ ഭാവിയുടെ രംഗശില്പിയെന്നപോലെ കാറ്റിനും വെളിച്ചത്തിനും വഴി തുറന്നുകൊണ്ട് വാസ്തുശില്പി ജി. ശങ്കർ പറയുമായിരുന്നു, പുറത്തെ സമയം അകത്ത് വരണം, പുറത്തെ പരുഷതകളൊഴിഞ്ഞ്. വീട്ടിൽ നിലാവ് കടക്കണം. പഴയതും പുതിയതുമായ തുറസ്സുകളിൽ നിന്നുള്ള മൊഴികളും.

■

കവിതയുടെ കാട്ടിൽ കൊല്ലുന്ന ജന്തുക്കളില്ല

ചില കവികളും കവിതകളും 'വധ'ങ്ങളാണെന്ന് എനിക്കുമറിയാം. അത് മറന്നല്ല കവിതയുടെ കാട്ടിൽ കൊല്ലുന്ന ജന്തുക്കളില്ലെന്ന് പറയുന്നത്. അത്തരം 'വധ'ങ്ങളെ വെറുതെ വിടാം. ചില്ലറ ബോറുകളും ബോറന്മാരും ഭ്രാന്തുകളുമില്ലാതുള്ള ലോകം വന്നേ തീരൂ എന്നെനിക്ക് വാശിയുമില്ല. ചൊറിയുന്ന ചെടികളും കടിക്കുന്ന പാമ്പുകളും കൊലയധികാരികളും വധശിക്ഷ സ്വകാര്യ അജണ്ടയായുള്ള പാർട്ടികളും സംഘങ്ങളും സംസ്കാരം വില്ക്കുന്ന രാഷ്ട്രീയക്കാരുമുള്ള കാലത്തോളം ലോകത്ത് ബോറന്മാരും ബോറികളുമുണ്ടായിരിക്കും. നിസ്സാരതകളുടെ പ്രസക്തിയെപ്പറ്റി ചില തിരിച്ചറിവുകൾ അവയും തരും. തുമ്പികളും വണ്ടുകളുമൊക്കെ ഒന്നോർത്താൽ കുയിലുകളുടെ ദുരബന്ധുക്കളാണ്. നല്ലതിന്റെ വെണ്മയ്ക്ക് മിഴിവ് കൂട്ടുന്ന ഒരു ചെറു ദൗത്യം ആ ഇരുളിനുണ്ട് സംസ്കാരത്തിൽ.

അതല്ല ഹിംസയുടെ പുതുചരിത്രം വെളിപ്പെടുത്തുന്ന ഭീകരത. വർഗ്ഗീയതയുടെയും അധികാരത്തിന്റെയും അഴിമതിയുടെയും പീഡനത്തിന്റെയും തലയും വാലും വിഷസഞ്ചികളും വാഴുന്ന ഹിംസയാണ് ഇന്ന് റിപ്പബ്ലിക്ക്. ജനാധിപത്യവും റിപ്പബ്ലിക്കും ഇവിടെ എത്തുമെന്ന് പണ്ടേ കണ്ടതു കൊണ്ടു കൂടിയാകണം സ്വന്തം വാക്കിൽ തുളുമ്പെ കവിതയുണ്ടായിരുന്ന പ്ലേറ്റോ റിപ്പബ്ലിക്കിൽ നിന്ന് ഉന്മാദത്തിന്റെ കാട്ടിലേക്ക് കവിതയെ പുറത്താക്കിയത്. അതെത്ര നല്ലൊരു കാവ്യരക്ഷയായി എന്നെനിക്കെന്നും തോന്നാറുണ്ട്. റിപ്പബ്ലിക്കിന് പുറത്ത് നിന്ന് അധികാരവിമർശനം നടത്താൻ അത് കവിതയ്ക്ക് അന്നും/എന്നും സ്വതന്ത്രതയുടെ ഇടം നല്കി. കൊലയാളിയെ ഞാനെന്റെ വികാരത്തിന് പുറത്ത് നിർത്തുമെന്ന് അമേരിക്കൻ പ്രസിഡന്റായിരുന്ന നിക്സനേയും രക്തദാഹവും മാംസവിശപ്പുമുള്ള പഴയതും പുതിയതുമായ ഹിറ്റ്ലർമാരേയും ചൂണ്ടി നെരൂദ പ്രഖ്യാപിച്ചതിൽ അധികാരത്തിന്റെ ഹിംസാവ്യഗ്രതയിൽ ജനാധിപത്യാവകാശങ്ങളും മൂല്യങ്ങളും മറന്ന് ജീർണ്ണിച്ച റിപ്പബ്ലിക്കിനെ കവിതയുടെ കാരുണ്യത്തിൽ നിന്നുള്ള പുറത്താക്കലുണ്ട്. അഗാധതയിലെ ഉത്സവമാണ്, ഭൂഗർഭത്തിലെ ഉർവ്വരതയും വസന്തവുമാണ്

എന്നെല്ലാം കവിതയെ കാണുമ്പോൾ റിൽകെ ഉപരിതല കോലാഹല ങ്ങളിൽനിന്നും യാന്ത്രികാഘോഷങ്ങളിൽനിന്നും ഇതര സമകാലിക ക്ഷതങ്ങളിൽ നിന്നും രക്ഷിച്ച് കവിതയെ മനുഷ്യകുലത്തിന്റെ സർഗാ ത്മകപൊലിമകളും പിറവികളുമായി അന്വയിക്കുകയാണ്. ജീവനെ വേട്ടയാടുന്നതിനും, സ്ത്രീയെ അധികാരത്തിന്റെ ഇരയാക്കുന്നതിനു മെതിരാണ് വാല്മീകി. കപടന്യായത്തിന്മേൽ ബാലിയോ അഫ്സലോ സദ്ദാമോ ക്രിസ്ത്യാനിയോ ഹിന്ദുവോ മുസ്ലിമോ ബൗദ്ധനോ മാർക്സിസ്റ്റോ ആറെസ്സെസ്സോ ഭീകരവാദിയോ ബുഷോ ആരോ ആകട്ടെ വധശിക്ഷ നീതിയല്ലെന്ന നിശ്ചയത്തിലേക്കാണ് വാല്മീകിയുടെ വാക്കിന്റെ അയനം.

പണ്ട് റസ്സൽ 'കോൺക്വെസ്റ്റ് ഓഫ് ഹാപ്പിനെസ്സി'ലെഴുതിയ ഒരു വാക്യം, പബ്ലിക് മെമ്മറി ഈസ് ഷോർട്ട്, എത്ര സത്യം. ഇന്ന് സദ്ദാമിനെ കൊല്ലാൻ നില്ക്കുന്ന അമേരിക്ക പണ്ട് സദ്ദാമിനെക്കൊണ്ട് പരമനീചമായ കുറ്റകൃത്യ ങ്ങൾ ചെയ്യിക്കാൻ അയാൾക്ക് ആളും അർത്ഥവും നല്കി, കർദുകൾ ക്കെതിരെ വിഷവാതകം പ്രയോഗിക്കാൻ ആയുധവും ധനവും നല്കി, പിന്തുണയ്ക്കുകയായിരുന്നു എന്നത് നാം മറന്നു. സദ്ദാമിനെ വധിക്കുന്നത് വഴി അമേരിക്കയ്ക്ക് സ്വയം കുറ്റവിമുക്തമാവണം. യുദ്ധക്കുറ്റവാളിയായ അമേരിക്ക ഹിംസയുടെ പുതിയ ഗ്ലോബൽ മാധ്യമതന്ത്രങ്ങളിൽ കുറ്റവിചാ രകനും ന്യായാധിപനും നിയമവുമാകുന്നത് നാം നിത്യവും കാണുന്നത് ആ മറവിമായയിലാണ്. വധശിക്ഷാവാദിയായ ഏത് ഭരണകൂടത്തിനും പാർട്ടിക്കും വർഗ്ഗത്തിനും വംശത്തിനും ജാതിക്കും ലിംഗത്തിനുമുണ്ട് ഏതെങ്കിലുമൊരു സ്വകാര്യ കുറ്റവിമോചന വ്യഗ്രത. ഏത് വധശിക്ഷാവിധി യിലുമുണ്ട്, ബുദ്ധന്റെ, യേശുവിന്റെ, ഗാന്ധിയുടെ, നീതിയുടെ, ഒരു പുതിയ ജഡം.

ഹിംസയാണ് കവിതാവിരുദ്ധത; നീതിവിരുദ്ധത. ക്രൂരതകളുടെയും നുണ കളുടെയും ഹിംസകളുടേയും വിഷമുള്ളുകളുടെയും കാട്ടിലൂടെയുമുള്ള യാത്രയാണ് ഇന്ന് ജീവിക്കൽ. ഹിംസയെ തള്ളിപ്പറയുന്ന എല്ലാം, ഹിംസയ്ക്ക് പ്രേരിപ്പിക്കാത്തതെല്ലാം, നീതിയെ സ്വപ്നം കാണുന്ന എല്ലാം, കവിതയായി അനുഭവിച്ചുപോകുന്ന ഒരു പുതുപരിസരം തെളിയുന്നു. നീതി യുടെ/കവിതയുടെ ചരിത്രത്തിൽ വളരെപ്പഴയതാണ് ആ പരിസരം. നീതിയുടെ ആദിമ പരിസരം തന്നെയാണ് കവിത; നവീന സാരവും.

കൊലയും പീഡനവും പാതകങ്ങളും പേമഴപോലെ പെയ്ത സ്റ്റാലി നിസ്റ്റ്/ഹിറ്റ്ലറിസ്റ്റ് കാലത്തെ ഒരു റഷ്യൻ നാടോടിക്കഥ പണ്ട് വായിച്ചത് ഞാനോർക്കാറുണ്ട്. പാട്ട് പാടിയും കഥ പറഞ്ഞും ഓടിക്കളിച്ചും കാട്ടിലെ ത്തിയ കുട്ടികൾ കാണുന്ന വയലറ്റ് നിറമുള്ള കരടിയും ഇളംപച്ച നിറമുള്ള സിംഹവും കടൽനീലപ്പുലിയും ചിരിച്ചും കളിച്ചും അവരോട് കൂട്ട് കൂടുകയും കാട്ടിലെ കുളിർവഴികളിലൂടെ അവരെ കാട്ടാറിന്റെ തീരത്തെ പൂങ്കാവനങ്ങ ളിലേക്കും കനിമധുരങ്ങളിലേക്കും കൂട്ടിക്കൊണ്ടു പോവുകയും ചെയ്യുന്ന

കഥ. നാട്ടിലേക്കു പോരാൻ കുട്ടികൾ മറന്നേ പോയി. കുട്ടിത്തത്തെ ചൂഴ്ന്ന് എന്നുമുണ്ട് ഒരു കാട്.

നാട്ടിൽ വംശശുദ്ധിയുടേയും വർഗ്ഗശുദ്ധിയുടെയും 'ആണവായുധവിരുദ്ധ' ആണവശുദ്ധിയുടെയും 'ഭീകരവിരുദ്ധ' ശുദ്ധഭീകരതയുടേയുമൊക്കെപ്പേരിൽ കൊള്ളയും കൊലയും നടമാടുകയായിരുന്നോ എന്നറിഞ്ഞുകൂടാ. കുട്ടികൾ കാട്ടിൽ വളർന്നു. വളർന്നപ്പോൾ ചിലർ നാട്ടിലേക്കു പോയി. മടങ്ങി വന്നപ്പോൾ അവർക്ക് ദംഷ്ട്രകൾ പോലെ മുഖത്തിനരികെ ലക്ഷ്യഭ്രാന്തുള്ള തോക്ക് വളർന്നിരുന്നു.

തൊട്ടതെല്ലാം പൊന്നാക്കുന്നതല്ല, തൊട്ടതെല്ലാം ഇന്നാക്കുന്നതാണ്, ഇന്ന് നല്ല കവിത, കഥ, സിനിമ, ചിത്രം, കല. പലരും പലതരത്തിൽ പലതായി പല ഇടമായി അറിയുന്ന ഇന്നിന്റെ യാഥാർത്ഥ്യം. ആദിയും അവസാനവുമില്ലാത്ത ഒരു മഹാവർത്തമാനകാലം എന്ന ലോകം/അനുഭവം. തുടക്കവും ഒടുക്കവുമില്ലാത്ത നടുക്കം.

■

സമാധാനത്തിന്റെ കാവ്യശാസ്ത്രം

മടിയനായിരിക്കുമ്പോൾ ഒച്ചിന്റെ തോടിനുള്ളിലാണ് എന്റെ താമസം. അതാണ് ശരിക്കും താമസം. ഒഴിഞ്ഞ്, ഒച്ചയില്ലായ്മ മെനഞ്ഞ്, സ്ഥലത്തിന്റെയും കാലത്തിന്റെയും ഓരോ കണികയും കണ്ട്, അറിഞ്ഞ്, ഇഴയുന്ന ജീവിതം. ഒന്നിനുമില്ല തിടുക്കം. ഒന്നിലേക്കുമില്ല തുളുമ്പൽ, കുതിക്കൽ, ആളിക്കത്തൽ, വീശിപ്പടരൽ, അണപൊട്ടൽ, എടുത്തു ചാടൽ, വേലിയേറ്റം. എന്നിൽത്തന്നെ സ്ഥിതി ചെയ്യുന്ന ആ ഞാനാണ് സ്വസ്ഥത, സമാധാനം. എത്തിച്ചേരുന്ന ദിക്കിലെ അറിയാമൊഴിയെച്ചൊല്ലി വഴിമുട്ടലില്ല. ചങ്ങാതിയുടെ ദംഷ്ട്ര കണ്ട് നടുക്കമില്ല. പ്രണയത്തിലെ ലഹരിയെച്ചൊല്ലി ഉന്മാദമില്ല. ബന്ധങ്ങളിലെ കിടങ്ങുകളെച്ചൊല്ലി ആധിയില്ല. മദമില്ല. മത്സരമില്ല. അധിനിവേശമില്ല. ആക്രോശങ്ങളില്ല. നിലവിളികളില്ല. വഴിയുടെ തീരായ്കയെച്ചൊല്ലി അക്ഷമയുമില്ല.

എന്റെ മുതുകിലേക്കു നോക്കി കർമ്മയോഗികൾ പരിഹസിക്കാറുണ്ട്: മടിയൻ മല ചുമക്കും. മുതുകിലിരിക്കുന്നത് എന്റെ വീടാണ്. മുതുകിൽ വീടില്ലാതെ ആരെയും ഞാൻ കാണുന്നില്ല.

പുറമേ താണ്ടുന്നതിലധികം ദൂരം അകമേ താണ്ടിക്കൊണ്ടാണ് ആരുടെ, ഏത്, യാത്രയും. മുന്നോട്ട് പോകുന്നതിലധികം പിന്നോട്ട് പോകുന്നതാണ് യാത്രയുടെ കാവ്യശാസ്ത്രം. വേഗതയല്ല, വിവേകത്തിന്റെ മിടിപ്പ് സമാധാനത്തിന്റെ കാവ്യശാസ്ത്രം.

ഓട്ടക്കാലത്ത് ആമത്തോടിലേക്കും വേട്ടക്കാലത്ത് ഗുഹയിലേക്കും ഞാൻ താമസം മാറും.

ചെറുരോമങ്ങൾ കൊണ്ട് മേഞ്ഞ മേൽക്കൂരയ്ക്കുള്ളിലല്ലേ ചെമ്മരിയാടും യാക്കും കുതിരയും കാളയും കുരങ്ങുമൊക്കെ ജീവിക്കുന്നത്? വീട് ഉടലിന്റെ തുടർച്ച. സുരക്ഷിതത്വത്തെയും സ്വകാര്യതയേയും സൗകര്യത്തെയും മനസ്സമാധാനത്തെയും കുറിച്ചുള്ള സുഖമിത്തുകളെല്ലാം, മിഥ്യാബിംബങ്ങളെല്ലാം, ആഴത്തിലുറപ്പിച്ചാണ് ചെമ്മരിയാടോ യാക്കോ കുരങ്ങോ അല്ലാത്ത നാം മനസ്സ് കൊണ്ട് വീട് കെട്ടിയത്. ഇണയും തുണയും ചെറുപ്രാണികളും വെയിലും മഴയും മഞ്ഞും ഇരുട്ടും നിലാവും ഭൂതങ്ങളും ഭീതികളും

വേഗതകളും ചേക്കേറി വീടിനൊരു ആത്മാവുണ്ടായി. വീട് ചരിത്രത്തിൽ നിവർന്ന് നില്ക്കുന്ന ഒരു അഭയ ബിംബമായി.

ഒരു പ്രശ്നം: അതിൽ കൊളുത്തിവെക്കുന്ന സമാധാനത്തിന്റെ നാളം പെട്ടെന്ന് കെട്ടുപോകുന്നു. ഭാവിയോ ഭൂതമോ കോപമോ കാമമോ ജാതിയോ മതമോ രാഷ്ട്രീയമോ അധികാരമോ മറ്റ് രക്ഷകരോ ഭീതിയോ ഓടി വന്നൂതിക്കെടുത്തുന്നു. ഓരോ മനുഷ്യാലയവും അതിവേഗം മറ്റാരുടെയൊക്കെയോ ആലയമാകുന്നു. സുരക്ഷിതത്വത്തിന്റെ മഹാബിംബമായ വീട് അരക്ഷിതത്വത്തിന്റെ കാടാകുന്നു; നാം സമ്മതിക്കില്ലെങ്കിലും. വീടാണ് മനസ്സിന്റെ കണ്ണാടി. നാടിന്റെ മുഖം. വിശ്വാസചിഹ്നങ്ങളുടെ പുരാണം. ഏറ്റവും സാന്ദ്രതയേറിയ വായു, ജലം, മണ്ണ്, ആകാശം, അഗ്നി, സ്വപ്നം, സ്വരം, നോവ്, സുഖം, വീട്ടിനുള്ളിലാണ്. ഒരു വിളക്ക് മാത്രമേ പെട്ടെന്ന് കെട്ടു പോകുന്നുള്ളൂ: സമാധാനം. സംശയമുള്ളവർക്ക് വീടടയാളങ്ങൾ നിബിഡമായ ടോൾസ്റ്റോയ്, ദസ്തയെവ്സ്കി, ബഷീർ, താരാശങ്കർ ബാനർജി, മഹാശ്വേതാദേവി, സുന്ദരരാമസ്വാമി, കാരൂർ, ഉറൂബ്, അനന്തമൂർത്തി, ആനന്ദ്, സരമാഗു, കാഫ്ക, കൂറ്റ്സെ, എം.ടി., മാധവിക്കുട്ടി, കോവിലൻ, സി.വി. ശ്രീരാമൻ, എം. സുകുമാരൻ, പുനത്തിൽ, സേതു, സക്കറിയ, അടൂർ, ടി.വി.ചന്ദ്രൻ, അയ്യപ്പപ്പണിക്കർ, കടമ്മനിട്ട, ആറ്റൂർ, സച്ചിദാനന്ദൻ, സുഗതകുമാരി, വിനയചന്ദ്രൻ, കരുണാകരൻ, പി.എൻ.ഗോപീകൃഷ്ണൻ, അനിത തമ്പി, ടി.പി.രാജീവൻ, എസ്.ജോസഫ്, അഷിത, സാറാജോസഫ്, കെ.ആർ.മീര, ബിന്ദു കൃഷ്ണൻ, സുഭാഷ്ചന്ദ്രൻ, ഓഷോ തുടങ്ങിയവരുടെ കൃതികളിൽ കയറി നോക്കാം.

വിട്ട്പോകുന്ന സമാധാനത്തോട് വീടിന് ഒരു ചോദ്യമേയുള്ളൂ: എന്ന് ചിരിച്ചുവരും? ക്രിസ്മസ്സായാൽ മുറ്റത്ത് നക്ഷത്രം വരും. നെല്ല് വിളഞ്ഞാൽ തത്ത വരും. മഞ്ഞായാൽ മാമ്പൂ വരും. വിഷുവായാൽ കൊന്നപ്പൂ വരും. വേനലായാൽ പൂരം വരും. പൂതവും തിറയും തെയ്യവും മേളവും വരും. സ്വാസ്ഥ്യമേ, നീ എന്ന് വരും?

മലമുകളിലേക്കുള്ള ഇടുങ്ങിയ ഇരുണ്ട പാതയും ഒച്ചിന്റെ ഉടലുമാണ് സ്വാസ്ഥ്യത്തിന്. സമാധാനത്തിന്റെ ടെക്നോളജി വയസ്സായത്. വൈകും തിരിച്ചു വരാൻ. യുദ്ധം, നിത്യയൗവ്വനം, നിതാന്തസന്നദ്ധം. യുദ്ധത്തിന്റെ വഴി വീതിയേറിയത്, ചിറകുകൾ ഡിജിറ്റൽ സന്ദേശങ്ങളുടേത്. അതിനാൽ യുദ്ധമെത്തുന്നതിനേക്കാൾ എത്രയോ ഇരട്ടി നേരം കഴിയും സമാധാനമെത്താൻ. ഒരു കുതിക്ക് വർഗ്ഗീയതയിലെത്താം; വംശീയതയിലെത്താം. ഇഴഞ്ഞ്, പലരും മരിച്ചു വീണിട്ടേ മതേതരത്വത്തിലെത്തിയാലെത്തൂ. വൻ ദുരന്തങ്ങൾ വില നല്കിയാലേ, അഥവാ മുല്ലപ്പെരിയാർ പൊട്ടുമെന്നായാലേ, സർവമത, സർവകക്ഷി, സർവജാതി, വിവേകം ഉണരൂ.

ശ്രീലങ്കയിലെ കിഴക്കൻ മലമേഖലയായ പോളോന്നെറുവയിൽ നാലു കൊല്ലം മുമ്പ് നടന്ന സർവ്വമതസമാധാന സമ്മേളനം ഹംസയ്ക്കെതിരേ മനുഷ്യത്വത്തിനായുള്ള ഒരു വലിയ വിലാപമായിരുന്നു. അഞ്ച് തടാകങ്ങളും അനവധി മലകളും സാക്ഷിയായ ഒരു വലിയ ശാന്തിജപം. എന്റെ സിനിസിസം പോലും ആ കൂട്ടായ്മയിൽ ആർദ്രമായ പ്രത്യാശയുടെ മിടിപ്പ് കേട്ടു തുടങ്ങി.

ഏറ്റവും ഉയരം കൂടിയ ഒരു മലയുടെ മുകളിൽ, തകർന്നടിഞ്ഞ പുരാവസ്തുക്കൾക്കിടയിൽ, പോളോന്നെറുവയിലെ പൗരാണിക ശാന്തനിരിക്കുന്നുണ്ടായിരുന്നു, ബുദ്ധൻ. എത്ര ദൂരം ഇഴഞ്ഞ് അലഞ്ഞിട്ടുണ്ടാവും ഈ ഉത്തുംഗ മുകപദത്തിലെത്താൻ ആ മന്ദഹാസം?

■

കവിതയും മനുഷ്യാവകാശവും

അന്നന്ന് കണ്ടതിനെ വാഴ്ത്തുന്നു മാമുനികൾ എന്ന് പഴയ കവി. അന്നന്ന് കണ്ടതിനെ എഴുതുന്നു, കാണിക്കുന്നു, മാധ്യമപ്രവർത്തകർ എന്ന് ഇന്ന് പറയാം. കാഴ്ചയുടെ ആ എഴുത്ത് മുഴുമിച്ചത് അന്നന്ന് കാണാത്തവയെപ്പറ്റിയും കാണാതായവരെപ്പറ്റിയും കൂടി എഴുതിയത് കൊണ്ടാണ്. കാണാതായ രാജന്മാരെയും വിജയന്മാരെയും ഏറ്റവുമൊടുവിൽ നിഥാരിയിലെ ദരിദ്രരുടെ മക്കളെയും പറ്റി. മാധ്യമക്കൈ ചൂണ്ടുന്നിടത്തേക്ക് കണ്ണ് പോയി. ചിലപ്പോൾ സന്നദ്ധപ്രവർത്തകരുടെ കൈ പിടിച്ച്, ചിലപ്പോൾ കോടതിയുടെ കൈ പിടിച്ച്, ചിലപ്പോൾ മണ്ണുമാന്തിയുടെ യന്ത്രക്കൈ പിടിച്ച്, നായമൂക്കിലെ ഗന്ധകാന്തത്തിലൊട്ടി, ചിന്നിയ എല്ലിൻകൂടുകളായി യഥാർത്ഥ്യം ലോകത്തേക്ക് വരും. ഒളിപ്പിക്കപ്പെട്ട നീതിയുടെ വെളിപ്പെടുത്തലായി ഉള്ള് തെളിഞ്ഞ പുതിയ എഴുത്ത്.

പതിറ്റാണ്ടുകളായി അമേരിക്ക ചെയ്യുന്നത് പോലെ മനുഷ്യാവകാശങ്ങളെ മറക്കുകയോ മരവിപ്പിക്കുകയോ നിന്ദിക്കുകയോ നിഷേധിക്കുകയോ ചെയ്യുന്ന അധികാര പ്രവണതകൾക്കെതിരെ എല്ലാ നാടുകളിലും പ്രതിരോധം വിതച്ചു, ഒരു പ്രതിസംസ്കാരത്തിന് വഴി തുറന്നു, എന്ന് ഈ പുതിയ എഴുത്തിന്റെ ഫലശ്രുതി പാടാം. നവകൊളോണിയലിസത്തിന്റെ റിമോട് കൺട്രോളിലേക്കും ഫാഷിസത്തിലേക്കും മൂന്നാം ലോക ദേശീയതകളും ദേശീയാധികാരങ്ങളും പ്രാദേശിക സംസ്കാരങ്ങളും വിധേയവീഴ്ച വീണു തുടങ്ങിയ കാലത്ത് സർഗാത്മകത പ്രാഥമികമായും പ്രതിരോധരൂപങ്ങളാണ് ആവർത്തിച്ചത്. എഴുത്തിലും കലയിലും സിനിമയിലും സമരത്തിലുമെല്ലാം.

കാണാതായവരെയും നീതി നിഷേധിക്കപ്പെട്ടവരെയും പീഡിപ്പിക്കപ്പെടുന്നവരെയും കുറിച്ച് കവിത എഴുതുക മാത്രമല്ല പ്രമുഖ ശ്രീലങ്കൻ ഇംഗ്ലീഷ് കവി ബാസിൽ ഫെർണാണ്ടോ ചെയ്തത്. നിയമത്തിന്റെ നീതിസാരവും മനുഷ്യത്വവും ഗ്രഹിച്ച ഒരു നിയമാദ്ധ്യാപകനും വക്കീലും എന്ന നിലയിൽ അദ്ദേഹം ആ പാവങ്ങൾക്കു വേണ്ടി ശ്രീലങ്കൻ സുപ്രീംകോടതി വരെ കേസുകൾ നടത്തുകയും നീതിയുദ്ധത്തിൽ വിജയം നേടുകയും, എതിർപ്പിന്റെ ജനകീയ പ്രതിരോധസ്ഥാനം സംഘടിപ്പിച്ച് കോടതിക്ക് പുറത്ത്

മനുഷ്യാവകാശത്തെ സംബന്ധിച്ച ബോധവൽക്കരണ പ്രവർത്തനങ്ങളിലൂടെ ആ നീതിപ്പോരാട്ടം വിപുലപ്പെടുത്തുകയും ചെയ്തു. ഏഷ്യയിലെയും യൂറോപ്പിലെയും പ്രധാന പ്രസിദ്ധീകരണങ്ങളിൽ ആധുനിക ശ്രീലങ്കൻ സഹനത്തെപ്പറ്റി ബാസിൽ അതിശയോക്തിരഹിതവും ആധികാരികവുമായ ലേഖനങ്ങളെഴുതി. കഥകളും കവിതകളുമെഴുതി. കാണാതായവരുടെ പോരാളിയെ 'കാണാതാ'വേണ്ടത് തങ്ങളുടെ നിലനില്പിന് അത്യാവശ്യമാണെന്നു തോന്നിയ ശ്രീലങ്കൻ അധികാരികൾ ബാസിൽ വേട്ട ക്രൂരവും യുദ്ധവേഗമുള്ളതുമാക്കി. 1989 സെപ്റ്റംബറിൽ സാഹസികമായ ഒരു രക്ഷാക്കുതിയിലൂടെ ബാസിൽ ശ്രീലങ്ക വിട്ടു. കൊലക്കുരുക്കിൽ നിന്ന് വിളിപ്പാടകലെ നിന്ന്.

ഹോങ്കോങ്ങിലെ ആ പ്രവാസിതയുടെ വ്യഥയും വിഹ്വലതയും വ്യക്തിതലത്തിൽ പരിമിതപ്പെട്ട് പാഴായില്ല; മനുഷ്യാവകാശപ്രവർത്തനങ്ങൾക്കും കവിതയെഴുത്തിനുമുള്ള വർദ്ധിച്ച ഊർജ്ജമായി. ഹോങ്കോങ്ങിൽ ഏഷ്യൻ ഹ്യൂമൻ റൈറ്റ്സ് കമ്മീഷന്റെ സാരഥിയായി പീഡനത്തിനെതിരായ ഏഷ്യൻ രാജ്യങ്ങളിലെ പോരാട്ടങ്ങൾക്ക് നേതൃത്വം നൽകുന്ന നീതിവാദിയായിട്ടാണ് ബാസിൽ പിന്നെ ലങ്കയുടെയും ലോകത്തിന്റെയും ശ്രദ്ധയിൽ ഉദിക്കുന്നത്. ചരിത്രത്തിലെ ഏറ്റവും അറിയപ്പെടാത്തവർക്ക് വേണ്ടി നിയമസമരവും അനുതാപ ദാർഢ്യമുള്ള കവിതകളും വഴി സ്വന്തം തീ കെടാതെ കാക്കുന്നു ഇപ്പോഴും ബാസിൽ ഫെർണാണ്ടോ.

ഋതുവിലാസങ്ങളും ഗൃഹാതുരതയും ഗാർഹികാനുഭൂതികളും നിറഞ്ഞ ഓർമ്മപ്പെരുന്നാളുകളായിരുന്ന ശ്രീലങ്കൻ കവിതകളിൽ മനുഷ്യത്വത്തിന്റെ വലിയൊരു വിസ്ഫോടനമായി ബാസിൽ ഫെർണാണ്ടോയുടെ എഴുത്ത്. ചരിത്രത്തെ അനുഭവത്തിന്റെ വൈയക്തിക വിതാനത്തിലേക്ക് കൊണ്ടുവരാറുണ്ട് ബാസിൽ കവിതയിൽ. അടുത്ത് കാണാനും അനുഭവപ്പൊരുളിലേക്ക് വേഗമെത്താനും ആ വഴി കവിക്ക് പല എളുപ്പങ്ങളും കൊടുക്കുന്നു. എങ്കിലും അവയുടെ സൂക്ഷ്മദൗത്യം നവസാമ്രാജ്യത്വത്തിനെതിരായ പ്രതിസംസ്കൃതിയുടെ നിർമ്മിതിയാണ്. പരമ്പരാഗത സിംഹള കവിത സാധാരണക്കാരായ പാവങ്ങളുടെ ചുണ്ടുകളിലൂടെ പടർന്ന് വളർന്ന ഒരു പാട്ട് വള്ളിയാണ്. സിംഹള കവിതകളിൽ ബാസിൽ ആ താളം കാക്കുന്നുണ്ട്. എന്നാൽ, ഇംഗ്ലീഷിലെഴുതുന്ന ബാസിലിന് ആ പാരമ്പര്യം അവകാശപ്പെട്ടുകൂടാ, കാവ്യരൂപസംസ്കാരത്തിന്റെ കാര്യത്തിൽ. ജനനംകൊണ്ട് 'താണ'ജാതിയിൽ പെട്ടവനും, എന്നാൽ ജാതി ബോധത്തിൽ മനസ്സ് കുടുങ്ങിപ്പോകാത്തവനും പോരാളിയുമാകയാൽ ബാസിലിലേക്ക് പരമ്പരാഗത സിംഹളകവിതയിലെ ജനമൈത്രി തടസ്സമില്ലാതെ ഒഴുകി. കാഴ്ചയായും കാഴ്ചപ്പാടായും ബാസിലിൽ അത് കരുത്തായി ഉറച്ചു. ആധുനിക ലോകകവിതയും ചിത്രകലയുമായി ആത്മബന്ധമുണ്ട് ബാസിലിന്. ഉചിതമായ വിമർശനങ്ങൾ ഒഴിവാക്കാത്ത ഒരു സുന്ദരമൈത്രി.

പതിനഞ്ച് വയസ്സു വരെ ഇംഗ്ലീഷ് അറിഞ്ഞുകൂടാതിരുന്ന ബാസിൽ ഇംഗ്ലീഷ് കവിതയിലേക്കും കവിതയുടെ ലോകവിസ്തൃതിയിലേക്കും നയിക്കപ്പെട്ടത് മലയാളിയായ ഗുരുനാഥൻ ശ്രീ. എം.ഐ. കുരുവിള വഴിയാണ്. മനസ്സംഘർഷത്തിന്റെ ഭാരിച്ച നേരങ്ങളിൽ കുരുവിളമാഷെ കാണാൻ ചെന്നത് 'ശാന്തമായിരുന്നു സമുദ്രം അപ്പോൾ നിന്റെ വീടിനു പിന്നിൽ' എന്ന ശാന്തവും പ്രസന്നവുമായ ചെറുകവിതയിൽ ബാസിൽ ഓർമ്മിക്കുന്നുണ്ട്. സാഹിത്യത്തിലും ആത്മീയ സമസ്യകളിലും പരിഹാര വെളിവായി ആ മാഷും സിംഹളജനതയും സംസ്കാരവും മനുഷ്യാവകാശങ്ങളും നീതിദർശനവും എന്നും തുണ നിന്ന കാവ്യലോകമാണ് ബാസിലിന്റേത്. ഭാവനയുടെ അപകോളനീകരണം ബാസിലിൽ സ്വാഭാവികമായി സംഭവിച്ചത് പോലെയുണ്ട്.

ഓരോ നാടിന്റെയും സംസ്കൃതിയും പ്രകൃതിയും ചരിത്രവും ചേർന്ന് നിർമ്മിക്കുന്നതാണ് ഓരോ ഭാഷയിലേയും കവിമനസ്സും കവിതയുമെന്ന തിരിച്ചറിവ് നേരത്തേ നേടാനായതാവാം ഇതിനു കാരണം. ഇത് ബാസിലിന്റെ ഇംഗ്ലീഷ് കവിതയെ സ്വത്വപരമായി ശ്രീലങ്കനും ഏഷ്യനുമാക്കി. സംസ്കാരരാഷ്ട്രീയപരമായി ഫാഷിസത്തിനും സാമ്രാജ്യത്വത്തിനും അവയുടെ പീഡനാധികാരത്തിനുമെതിരെ പോരാടുന്ന കവിതയാക്കി. ബാസിലിന്റെ 'സുന്ദരമൈത്രി' എന്ന കവിതാസമാഹാരം ഗ്രീൻബുക്സ് മലയാളത്തിൽ കൊണ്ടുവരുന്നത് നല്ല കാര്യം. മനുഷ്യാവകാശവും കവിതയും അടിയന്തിരാവസ്ഥക്കാലം മുതലെങ്കിലും ഗാഢബന്ധത്തിലായ മലയാള കവിതയിൽ ഇതൊരു സ്വാഭാവിക വ്യാപ്തിയായിരിക്കും.

■

മരം ഒരു കളിസ്ഥലം

1960 കാലം. കൂട്ടുകാരെക്കൂട്ടി വൻ മരങ്ങളുടെ തുഞ്ചത്തോളം കേറുകയായിരുന്നു അന്ന് ഞങ്ങൾ കുട്ടികളുടെ ഒരു കളി.

കേറുന്ന ആൾ മരത്തിൽ മേലേക്കുള്ള പാതകൾ കണ്ടുതുടങ്ങും. പടവുകളും വളവുകളും തിരിവുകളുമായി കൊടുമുടിയിലേക്കുയരുന്ന പാതകൾ. സഞ്ചാരികൾ പലരുണ്ടവയിൽ. കുന്നിൻമുകളിലെ ദേവാലയത്തിലേക്കെന്ന പോലെ മൗനഭജനകളുമായി കയറുകയും ഇറങ്ങുകയും ചെയ്യുന്ന ഉറുമ്പിൻ പറ്റങ്ങൾ. ചെറുനേതാക്കളെപ്പോലെ ഒച്ച കൂട്ടി ഓടി നടക്കുന്ന അണ്ണാർക്കണ്ണന്മാർ. ഒഴിവ് നേരം പാട്ട് പാടി നിറനേരമാക്കുന്ന ചെറുകുരുവികൾ. ലോകവൃത്താന്തങ്ങൾ ചൊല്ലി ഉലച്ചു പോകുന്ന കാറ്റുകൾ. മരത്തിലെ ചെറുപൊത്തുകളിലും വിണ്ട തൊലിയുടെ പാളികളിലും പാർക്കുന്ന ചെറുജീവിഗോത്രങ്ങൾ തിരക്കിലാണ്. വൃക്ഷവാസികളായ കിളികളും മറ്റുള്ളവരും ദൈനംദിന വിഹ്വലതകളിലാണ്. കേറിച്ചെല്ലുന്നവരെ ശ്രദ്ധിക്കാൻ വയ്യ.

തണലും പൂക്കളും പഴങ്ങളും ആസ്വദിച്ച് മരച്ചോട്ടിലിരിക്കുന്നതിനേക്കാളും, കൊമ്പുകളും മസ്തകവും വിരിവും നിവരലും നില്പും ആട്ടവും ഗാംഭീര്യവും കണ്ട്കണ്ട് ആരാധനയോടെ അകന്ന് നില്ക്കുന്നതിനേക്കാളും, മരവുമായി നാം അടുപ്പത്തിലാവും മരം കേറുമ്പോൾ. ആശ്ലേഷത്തിൽ അടുത്ത് കാണും നിറം. തൊട്ടറിയും വിശ്വസിക്കാവുന്ന പരുഷത. ഉയരവും കരുത്തും മരമണങ്ങളും മരത്തൊലിയിലെ ചിത്രങ്ങളും ശിഖരങ്ങളിലെ ശില്പങ്ങളും രസിച്ചും പണിപ്പെട്ടും നാം മരത്തിലൂടെ ഉയരുമ്പോൾ മരം മനസ്സിലേക്ക് പടരുന്ന ഒരു സംസ്കാരം. കയറിക്കയറി ഇനി മേലേക്ക് പോകാനില്ലെന്ന പാരമ്യബിന്ദുവിലെ വിരാമമൂർച്ഛയിൽ ആകാശവിസ്തൃതിയിലേക്ക് തുറന്ന മരത്തിന്റെ ആനന്ദവാതിലുകൾ നാം കാണും. സ്വാതന്ത്ര്യത്തിന്റെ സൗന്ദര്യം. ഒരു നിമിഷം, മരം നമ്മെ വഹിച്ചു പറക്കുന്ന ഒരു പെരുംപക്ഷിയാവുന്നത് നാമറിയും. അതുവരെ തഴുകി ഒഴുകിയ കാറ്റിന്റെ ഇഴകൾ അവിടെ കാറ്റിന്റെ കടലിൽ ചേരും. മരം ഒരു കാഴ്ചപ്പാടായി വളരും.

താഴെയിറങ്ങി വളരെ നാൾ പല നിലങ്ങളിൽ നടന്നിട്ടാണ് ഒരാൾ റൊളാങ്ങ് ബാർത്തിനെ വായിക്കാനിട വരിക. നാട്ടിലെ ഐഫൽ ഗോപുരമായി

ആഞ്ഞിലിമരത്തെ ഓർക്കാനിടയാവുക. അകലെ നിന്നാൽ കാഴ്ചയായും അകത്തു നിന്നാൽ കാഴ്ചപ്പാടായും അനുഭവവായനയിൽ ഐഫൽമരത്തെ തിരിച്ചറിയാനാവുക. ലേശം സൈദ്ധാന്തിക മൂപ്പോടെ.

ഉയരം കൂടിയ ആഞ്ഞിലിയുടെ നെറുകയിലിരുന്നാണ് ആദ്യമായി ഞാനെന്റെ നാട് മുഴുവനായൊന്ന് കണ്ടത്. അതിർത്തികളും അയൽനാടുകളുടെ പച്ചകളും കണ്ടത്. അറുപതുകളുടെ ആദ്യം. അന്ന് നാട് പച്ചച്ചിറക് വിരുത്തിപ്പറക്കുന്ന വലിയൊരു തത്തക്കൂട്ടം.

പച്ചപ്പരപ്പിൽ ഉയർന്നു കാണായത് ചിലർ ചൂണ്ടിപ്പറഞ്ഞു.

'അത് കുറുമ്പകര അമ്പലത്തിലെ കരിമ്പന.'

'അത് മലനടയിലെ കരിമ്പന.'

'അത് കടമ്പനാട്ടെ വല്യപള്ളീടെ കുരിശ്.'

'അത് ചെങ്കൊടി. അത് മുന്നണിക്കൊടി.'

'കോൺഗ്രസ്സിന്റെ കൊടിക്കമ്പേൽ എങ്ങനെ വന്നീ മൂന്ന് കൊടി?'

'അത് പാടാശ്ശേരിക്കാവ്. മാടനും മറുതേം യക്ഷിയും ഗന്ധർവനും അവിടെയാണ് താമസം.'

'രാത്രിയായാ യക്ഷിയെക്കാണാം. ആദ്യം പാലപ്പൂവിന്റെ മണം വരും. തിളങ്ങുന്ന കണ്ണുകൾ വരും. ആടിയും പാടിയും. ആരും കാണരുത് ആ വരവ്. വെളുത്ത വാവിന്റന്ന് ആമ്പൽക്കുളത്തിൽ നീരാടും. ഈറനോടെ കല്പടവിലിരുന്ന് പാടും. പാച്ചുമൂശാരി കണ്ടിട്ടുണ്ട്. ഷാപ്പീന്നിറങ്ങി വരുമ്പോ. പാതിരയ്ക്ക്. പാട്ട് രസിച്ച മൂശാരി അറിയാതെ കൂടെപ്പാടിപ്പോയി. യക്ഷി ശപിച്ചു. മൂശാരി ഒറ്റക്കണ്ണനും വിക്കനുമായി.'

'അതിലും എത്രയോ ഉയരത്തിലുണ്ട് പരുന്തൊഴുകുന്ന പുഴ. മരിച്ചവർ തുഴയുന്ന വെളുത്ത പായ്ക്കപ്പലുകൾ. അതിനും മീതേ മാലാഖമാരുടെ നീലപ്പൂങ്കാവനം.'

'പോഡാ. മതി കള്ളക്കഥ.'

നാട്ടുകീർത്തികളുടെ ആ കാഴ്ചയിൽ ഞങ്ങളനുഭവിച്ചിരുന്നു കണ്ടുപിടുത്തക്കാരുടെ വിശ്വഹരം.

താഴെ നോക്കുമ്പോൾ കൈയിൽ ചെങ്കോലുമായി തെങ്ങിൻതോപ്പിലൂടെ അമ്മ തീക്കുതിരപ്പുറത്ത് പാഞ്ഞു വരുന്നു. അതോടെ മാലാഖമാർ ദൂരെയായി. പരേതരുടെ പായ്ക്കപ്പലുകളും.

മരച്ചോട്ടിൽ വന്ന അമ്മട്ടീച്ചർ ഞങ്ങളെ പുസ്തകങ്ങളിലേക്ക് പറത്തി. 'ആ മംഗലത്തെ ഇന്ദിരേക്കണ്ട് പഠിക്ക്. എപ്പ നോക്ക്യാലും വായന തന്നെ വായന. എട്ടിലായേ ഒള്ളൂ, അവൾ ഡിസ്കവറി ഓഫ് ഇന്ത്യ വായിച്ചു കഴിഞ്ഞു.' ഞങ്ങടെ പൊതുശത്രു ഇന്ദിര.

മണ്ണിലിറങ്ങി നടന്നപ്പോൾ കാലുകളറിഞ്ഞു ഭൂമിയുടെ കനം. ക്രമേണ പുസ്തകങ്ങൾ എനിക്ക് മാന്ത്രികവൃക്ഷങ്ങളായി. നാട് കണ്ണാൽ അളന്നെടുക്കാൻ വയ്യാതായി. സ്വർഗ്ഗത്തിനു പുതിയ ഉയരം. നരകത്തിനു പുതിയ ആഴം. ബന്ധങ്ങൾക്ക് പുതിയ പടർപ്പ്. ഓരോ വസ്തുവിനും സ്വന്തം വെട്ടം. കെട്ടുകളിൽ പുതിയ കുരുക്ക്. പഞ്ചഭൂതങ്ങൾക്ക് പുതിയ ചിറകുകൾ. പോയതും വരാനിരിക്കുന്നതുമായ നിമിഷങ്ങൾ ഒരു വാക്കിൽ കൂട്ക്കൂട്ടി പാർത്തു തുടങ്ങി. ലോകവൃക്ഷത്തോടൊപ്പം ഉള്ളുലഞ്ഞു തുടങ്ങി.

ഉയരത്തിലേക്കുള്ള ശിഖരങ്ങളോടൊപ്പം മരം ആഴത്തിലേക്കുള്ള വേരുകളുമാണെന്ന് ചരിത്രം. ഗംഭീരമായ തല ഉയർത്തി നില്പോടൊപ്പം മരം പരിഹാസ്യമായ ഒരു തലകുത്തി നില്പും കൂടിയാണെന്ന് കായലോരം. മരം ഒരേസമയം കയറ്റവും ഇറക്കവുമാണെന്ന് മഴ. ജലത്തിൽ മരമെഴുതുന്ന പ്രതിബിംബത്തിന്റെ വിസ്മയപ്രഭ കാണലും കൂടിയാണ് വായന എന്നും പുസ്തകം.

അടുത്ത മുറിയിൽ കമ്പ്യൂട്ടർകളികളിൽ മുഴുകിയിരിക്കുന്നു രാമു, മണികണ്ഠൻ, രാച്ചു, നാണപ്പൻ തുടങ്ങിയ കൊച്ചുമക്കൾ. സ്ക്രീനിൽ മരങ്ങൾ കാണുന്നില്ല. അവർ പറഞ്ഞു: കേറാൻ അതിലും പാടുള്ള ഉയരങ്ങളാണ് കമ്പ്യൂട്ടറിലെ ഈ കളിക്കളങ്ങൾ നിറയെ.

■

കൊടുത്തയച്ചതും കൊണ്ടുപോയതും

മലമ്പാതയിൽ മൗനം കൂട്ടു വരും. ഉത്തര ബംഗാളിൽ നിന്ന് സിക്കിമിലേക്ക് വഴി ഉയർന്നു തുടങ്ങുമ്പോൾ മൗനത്തിന്റെ നിറം പച്ച. കൊടുമുടികളായി നിവർന്നും വിചാരങ്ങളായി പടർന്നും കൂടെയുണ്ടാവും മൗനം നമ്മെച്ചുറ്റിപ്പറ്റി ഏറെ നേരം. പല വലിപ്പവും വടിവുമുള്ള കടകളുടെയും വീടുകളുടെയും മുറ്റത്ത് ഉലാത്തുന്ന മൗനം പറയും നിങ്ങളിപ്പോൾ ചൈനീസ് വാസ്തുവിദ്യയുടെ അരികിലാണെന്ന്. ഡ്രാഗൺന്റെ വാലിന്റെ തെക്കേയറ്റത്താണ് തൊട്ടുനില്ക്കുന്നതെന്ന്. വിജയന്റെ കാർട്ടൂണിലെ ചൗ എൻ ലായിയുടെ ഛായയുള്ള മുഖങ്ങളിലെ മൗനം മംഗളോയ്ഡ് ജീനിന്റെ വംശപുരാണം പറയും. ചിരിയും കരച്ചിലും ചിത്രവും പാട്ടുമൊക്കെപ്പോലെ മൗനവും ഒരു വിശ്വഭാഷയാണെന്ന ഹിന്ദിപ്പാട്ട് കേട്ടു തുടങ്ങും. ഹോട്ടലിൽ നിന്ന്.

ഹോട്ടൽ മാനേജരുമായി സംസാരിക്കുന്നതിനിടയിൽ ജോഷി ചോദിച്ചു, ഇന്ത്യയിലായത് നിങ്ങളെ, സിക്കിമിനെ, വലുതാക്കിയോ ചെറുതാക്കിയോ?

ഇന്ത്യ കൊടുത്തയച്ച സൈനികവാഹനങ്ങൾ, ആയുധങ്ങൾ, റേഡിയോനിലയം, സിനിമ, ഭരണഘടന, പഠിപ്പ്, ഭൂപടം എന്നിവയെല്ലാം ഞങ്ങളെ വലുതാക്കി. അഴിമതി, ഹിംസ, അക്രമം, അശാന്തി, ആർത്തി, ഇല്ലായ്മകൾ, അന്തരങ്ങളെക്കുറിച്ചുള്ള ഉരുകലുകൾ തുടങ്ങിയവ ഞങ്ങളെ ചെറുതാക്കി. വൈവിധ്യത്തിന്റെ വലിയ ഭൂപടത്തിൽ ഒരു ഘടകം മാത്രമായി ഞങ്ങൾ ഒതുക്കപ്പെട്ടു, ചുരുങ്ങി, എന്നു തോന്നി. മാനേജർ പറഞ്ഞു.

ഹോട്ടലിന്റെ ചുവന്ന ചുവരിൽ ചെറുചിരിയോടെ ഇരിക്കുന്നു ശ്രീബുദ്ധൻ. മൗനത്തിന്റെ ഏറ്റവുമുയർന്ന കൊടുമുടി. പരമാവധി അദിവ്യവൽക്കരിക്കപ്പെട്ട മനുഷ്യബോധം. ഇന്ത്യ കൊടുത്തയച്ചതല്ല, ഇന്ത്യയിൽ വന്ന് കൊണ്ടുപോയത്.

'ശ്രീലങ്കയിലെ മാറുന്ന ഇന്ത്യൻ ബിംബങ്ങൾ' എന്ന കാർട്ടൂണിൽ ('ട്രാജിക് ഇഡിയം' - ഒ.വി. വിജയൻ) മൂന്ന് ബിംബങ്ങൾ വിജയൻ കാണിക്കുന്നു. അരയാൽ. ചക്രം. പാറ്റൻ ടാങ്ക്. സമാന്തരമായി ശ്രീബുദ്ധൻ, മഹാത്മാഗാന്ധി, രാജീവ്ഗാന്ധി. ശ്രീലങ്കയുടെ ഹൃദയത്തിൽ തറഞ്ഞ

ബിംബങ്ങൾ. കൊടുത്തയക്കുന്ന സ്നേഹം വഴിയിലെവിടെയോ വെച്ച് ഹിംസയാകുന്ന തരം നിഗൂഢതയാണോ പുതിയ ചരിത്രത്തിൽ നിറയുന്നത്?

ഉണർവ്വോ മുറിവോ മരണമോ ബോധത്തിൽ ബാക്കി വെച്ച പാരിതോഷികങ്ങളുടെ വലിയ നിര കാണാം ചരിത്രത്തിലെ ബന്ധങ്ങളിലെല്ലാം. രാജ്യങ്ങളും സംസ്കാരങ്ങളും ഗോത്രങ്ങളും കുടുംബങ്ങളും പ്രണയികളും ആതിഥേയരും അതിഥികളും വ്യക്തികളുമെല്ലാം തമ്മിൽ. ബന്ധങ്ങളുടെ ഭാഷയിലെ മിത്തുകളാണ് പാരിതോഷികങ്ങൾ. തുറന്ന് നോക്കിയാൽ കാണാം അവയുടെ അർത്ഥങ്ങൾ. തുണയോ ചതിയോ നിന്ദയോ മരണമോ ഓർമ്മയോ നന്ദിയോ ആശംസയോ പ്രേമമോ പരിഹാസമോ ശാപമോ. ഏത് പാരിതോഷികത്തിലുമുണ്ട് ഒരു നിശ്ശബ്ദസന്ദേശം.

ഈയിടെ കേരളത്തിലെ ഒരു പോളിടെക്നിക് യൂണിയൻ ഭാരവാഹികൾ വിശിഷ്ടാതിഥിയായ നടന് കൊടുത്ത പാരിതോഷികം വഴിയിൽ വെച്ച് നടൻ തുറന്നു നോക്കിയപ്പോൾ അതൊരു വിഷപ്പാമ്പായി. പൂമാലയായിരുന്നോ, ചുവന്ന ഒരാമ്പൽപ്പൂവ് പോലെ തുടുത്ത ഒരു മനസ്സായിരുന്നോ അത് സമ്മാനിക്കപ്പെട്ടപ്പോൾ? വഴിയിൽ എന്തുണ്ടായി അതിന്റെ ഈ പാമ്പെന്ന പേടിപ്പിക്കുന്ന രൂപാന്തരത്തിന്? വിലക്കപ്പെട്ട കനിയിലേക്കുള്ള പ്രലോഭനവിഷമുണ്ടായിരുന്നോ ഞെട്ടിച്ച് പ്രത്യക്ഷപ്പെട്ട പാമ്പിന്റെ ചുണ്ടിൽ? തൊട്ടടുത്ത് ശരങ്ങൾ, കൊണ്ടത് പൂക്കളായി എന്നൊരു ശിവപുരാണം കേട്ടിട്ടുണ്ട്. അർഥത്തിലെ സ്വപ്നസിദ്ധി നഷ്ടപ്പെട്ട് ആ മിത്ത് വെറും കാര്യമാത്ര ക്രൂരമായോ, തൊടുത്തതും കൊണ്ടതും ശരമായി, പുതിയൊരു നിർദ്ദയ കവിത പോലെ?

പുതിയ പല സമ്മാനങ്ങളിലും വാഗ്ദാനങ്ങളിലും സഹായങ്ങളിലും വായ്പകളിലുമെല്ലാം വിഷം ഒളിഞ്ഞിരിപ്പുണ്ടെന്ന് കാണിക്കാനായിരുന്നു ഈ പാരിതോഷികവിപ്ലവം എന്നവർ വൈകാതെ അവകാശപ്പെട്ടു കൂടായ്കയില്ല. അമേരിക്കൻ സസ്യയെണ്ണ, പാല്പൊടി, വിവിധ ഫെലോഷിപ്പുകൾ, സ്കോളർഷിപ്പുകൾ, ഫണ്ടുകൾ, ഫാഷനുകൾ എന്നിവ സേവിച്ചു വളർന്നതാണ് ഇത്തരമൊരു ഭാവനയ്ക്കു പ്രചോദനം എന്നും വൈകാതെ കേട്ടു കൂടായ്കയില്ല.

ചില സഹായത്തിലെങ്കിലും ബലമുള്ള ചരടുണ്ട്. ഒരു ജീവിതത്തെ, രാജ്യത്തെ, ഭാവിചരിത്രത്തെത്തന്നെയും കെട്ടിയിടാൻ പറ്റുന്നത്. എ.ഡി.ബി., ഐ.എം.എഫ്. പോലെ ലോകബലമുള്ള സഹായക്കയർ. പുറമേ കാണപ്പെടുന്നതിലുമേറെ കാലത്തിലും ലോകത്തിലും സ്വപ്നത്തിലും ഭാവനയിലും ഏത് ജനതയുടെ സ്വത്വത്തിലും സ്വാഭിമാനത്തിലും സ്വാതന്ത്ര്യത്തിലും സദ്ദാമിന്റെ കഴുത്തിലും മുറുകാൻ കഴിയുന്നത്. കയർ-പാമ്പ് വിഭ്രമം പഴയ വേദാന്തത്തിലെന്ന പോലെ പുതിയ ചരിത്രത്തിലും പ്രസക്തമായ ഒരു രൂപകമാവുകയാണോ?

ഇറാഖിന് അമേരിക്കയും മറ്റും കൊടുത്തയച്ചുകൊണ്ടിരിക്കുന്ന സൈന്യം, യുദ്ധം, അടിമത്തം, അപമാനം, ശൈഥില്യം, ദാരിദ്ര്യം, കൂട്ടമരണം, സർവ്വാധിപത്യം തുടങ്ങിയ പാരിതോഷികങ്ങളുടെയെല്ലാം പുറംചട്ടയിൽ ജനാധിപത്യം, സോഷ്യലിസം, ഭീകരവാദവിരോധം, ലോകശാന്തി തുടങ്ങിയ പേരുകളാണ് ഉള്ളടക്കമായി കാണിച്ചിട്ടുള്ളത്. വിയറ്റ്നാമിലും അഫ്ഗാനിസ്ഥാനിലും മറ്റെത്രയോ രാജ്യങ്ങളിലും പണ്ട് ഇതേ സമ്മാനപ്പൊതികൾ, സഹായപ്പാക്കേജുകൾ, മഴ പോലെ പെയ്തിട്ടുണ്ട്. ലോകത്തെ ഞെട്ടിച്ചുകൊണ്ട് അത് താഴത്തെ പാവം ജീവിതങ്ങൾക്കും അവരുടെ സംസ്കാരങ്ങൾക്കും രാജ്യങ്ങൾക്കും മേൽ വന്നുവീണതോ അണുബോംബ്വർഷത്തിന്റെ വിഷദുരിതങ്ങളായും.

കൊടുത്തയക്കുന്നത് മരണം; കൊണ്ടുപോകുന്നത് ജീവൻ.

■

ഗുഹ അവസാനിക്കുന്നില്ല

എടയ്ക്കൽ ഗുഹ അമ്പുകുത്തിമലയുടെ മുകളിലാണ്. മടിയിൽ തുടി വെച്ച് പണ്ടത്തെ ഒരീണത്തിനു കാതോർക്കുന്ന ഗോത്രമൂപ്പനെപ്പോലെ ആ മല യുടെ ഇരിപ്പ്. തെങ്ങുകളും ടിക്കറ്റ് ചടങ്ങും ടാറിട്ട റോഡും ജീപ്പുമെല്ലാം കഴിഞ്ഞാൽ പാറകൾ ഏറ്റെടുക്കും നമ്മെ. പാറകൾക്കിടയിൽ കിടക്കുന്നുണ്ട് ആദിവാസികളായ കുറുമരും പണിയരും കാടു വെട്ടിയുണ്ടാക്കിയ വഴി. ആദ്യം മലബാർ പോലീസ് സൂപ്രണ്ടായിരുന്ന ഫോസെറ്റും പിന്നെ നാട്ടി ലെയും മറുനാട്ടിലെയും നിരവധി ചരിത്രകാരന്മാരും മറ്റെത്രയോ മനുഷ്യരും പോയ വഴി. പാറകൾക്കിടയിലൂടെയുള്ള കയറ്റത്തിനു മല താളമിട്ട് തരും. ചില കിളിയൊച്ചകൾ അതിൽ ചേരും. ഒരു പഴയ സദിരുയരും. പാറയിടു ക്കിലൂടെ ഉയരെക്കാണുന്ന വെളിച്ചത്തിൽ പിടിച്ച് കയറിയാൽ ഗുഹവാതി ലായി.

ഗുഹയിൽ ഒരു യുവ സഹായിയുണ്ട്. ചുവരിലെ എഴുത്തും കൊത്തും വായിച്ച് അർത്ഥം പറയും. പുരാതന ചരിത്രവിസ്തൃതിയിലേക്ക് ഗുഹയെ വിക്ഷേപിക്കുന്ന ഒരാഖ്യാനം. വയനാട്ടിലെ പെരിങ്കൽ പരിഷ്കൃതിയുടെ പെരു മയുടെ ഓരങ്ങളിൽ വളരുന്ന ഒരു ചരിത്രഭാവന. കേസരി, എം.ജി.എസ്., കെ.എൻ. പണിക്കർ, എം. ഗാഗാധരൻ, രാജൻ ഗുരുക്കൾ, രാഘവവാരിയർ, ഒ.കെ. ജോണി, ഡോ. ഇ.ഒ. ടിൽനർ, ലോഗൻ, ഡോ. രാജേന്ദ്രൻ തുടങ്ങി നമുക്കടുപ്പമുള്ള പേരുകൾ ആ കഥനത്തിനിടയ്ക്കു കേൾക്കാം. ആധികാ രികതയ്ക്കാവാം അത്.

കല്ലുളി കൽച്ചുമരിൽ കൊത്തിയ ഈ ചരിത്രകവിതയിൽ വയനാടൻ പ്രകൃതിയും സംസ്കൃതിയും നേടുന്ന കൂടിപ്പടരലുകൾ കണ്ടെടുക്കാൻ രസ മുണ്ട്. കിരീടമണിഞ്ഞ് കൈ ഉയർത്തി നിൽക്കുന്ന ഗോത്രമൂപ്പനും കൽച്ചു വരിലെ സൂര്യനും ആയുധങ്ങളും ചക്രങ്ങളും കണ്ടുചെല്ലുംതോറും തെളി ഞ്ഞുവരും. പായലും മങ്ങലും മായലും കടന്ന് അവ നമ്മുടെ ഓർമ്മയുടെ ചങ്ങാതിമാരാവും.

ഗുഹയിൽ നിന്നിറങ്ങി അമ്പുകുത്തിയുടെ കൊടുമുടി കേറുമ്പോൾ മൊമ്മാലി ചോദിച്ചു, അവിടെ നിന്നാൽ കടൽ കാണാമോ? പട്ടാമ്പിയിൽ രാമഗിരിക്കുന്നിന്റെ മേൽ നിന്നാൽ കടലു കാണാം. ചിലമ്പ് പോലെ.

കുന്നംകുളത്തെ കലശമലയിൽ നിന്നാലും കടൽ കാണാം. കസവുതട്ടം പോലെ. കേച്ചേരിക്കടുത്ത് പെരുവൻമലയിൽ നിന്നാൽ ഉച്ചതിരിയുമ്പോൾ വാൾത്തല പോലെ കടൽ തിളങ്ങും. പറന്നു മറയുന്ന മയിൽ പോലെ പകലൊടുങ്ങുന്നതു കാണാം. ബേക്കലോ എഴിമലയിലോ വർക്കലക്കുന്നിലോ നിന്ന് കടൽ അടുത്ത് കാണുന്ന പോലല്ലത്. ദൂരെയെത്തി ഇഷ്ടരെ മൊബൈലിൽ വിളിച്ച് വർത്തമാനം പറയുന്ന പോലെ കടലിന്റെ ഈ ദൂരക്കാഴ്ചയുമൊരു ബന്ധസുഖം. പാറയ്ക്ക് മേലേയിട്ടിരിക്കുന്ന വടം പിടിച്ചു കേറുമ്പോൾ മൊമ്മാലി സംസാരിച്ചു കൊണ്ടേയിരുന്നു.

ഇനി കയറാനില്ലെന്നായി. ഇവിടെ നിന്ന് മലയാളം, തമിഴ്, തുളു, കന്നഡ നാടുകൾ കാണാം. ഒടിച്ചെടുക്കാമെന്ന് തോന്നി അയൽ സംസ്കാരം കുറിഞ്ഞിത്തണ്ട് പോലെ. ഇത്ര ഉയരമില്ല ഒരധികാരത്തിനും. കാഴ്ചയ്ക്ക് ഇത്ര വ്യാപ്തിയുമില്ല. ആദിവാസി, കാവേരി, മുല്ലപ്പെരിയാർ, പാലക്കാട് ഡിവിഷൻ തർക്കങ്ങളൊക്കെ ഇവിടെ വേഗം പരിഹാരം കാണും. മൊമ്മാലി പറഞ്ഞു. വലിയ വ്യാസത്തിലാണ് പരിഹാരങ്ങൾ പാർക്കുന്നത്. മാച്ചു പീക്ച്ചുവിന്റെ ഉയരത്തിലെ പാറകളുടെ വസന്തത്തിൽ നെരൂദ മനുഷ്യോദയത്തിന്റെ പവിഴപ്പുറ്റ് കണ്ടതോർമ്മ വരും ഇവിടെ നിൽക്കുമ്പോൾ. ശിലകളുടെ അമ്മയെ, ചരിത്രത്തിന്റെ ദുരന്തമുനമ്പുകളെ, കണ്ടത്. ഉയരം ഉള്ള് കാണിച്ചുതരും.

പുതിയ മണിപ്പൂരിക്കവിതയിൽ കേൾക്കുന്ന മുറ്റത്ത് മുഴങ്ങുന്ന വെടിയൊച്ചകൾ പോലെ പേടിയുമായി ഇവിടെയും ഓടിക്കേറി വരുന്നുണ്ട് കാറ്റിന്റെ ചില കണ്ണീർത്തിരകൾ. ചില തീത്തിരകളും. അന്യാധീനപ്പെട്ട സ്വന്തം മണ്ണ് വീണ്ടെടുക്കാൻ പിടയുന്ന ആദിവാസിയുടെ പിടച്ചിൽ അതിലുണ്ട്. അധികാരം എന്നും അവർക്ക് നിഷേധിച്ചിട്ടേയുള്ളൂ നീതി. അവര് തന്നെയാണ് വയനാട്. മണ്ണിനടിയിലും മേലെയും കുന്നിലും കൊക്കയിലും കാട്ടിലും പൊഴേലും തേനിലും മരുന്നിലും കാവിലും കൊട്ടിലും പാട്ടിലുമൊക്കെ അവരാ. വെട്ടി വെളുപ്പിച്ചതും ഇടിച്ചു നിരത്തിയതും കെട്ടിവലിച്ചതും കുഴിച്ചുമൂടിയതുമൊക്കെ അവരെയാ. പൂവായും പാറയായും കാറ്റായും ഒഴുക്കായും നില്പായും ഇവിടെ ആയതൊക്കെ അവരാ. അവരിലേക്കാണ് എല്ലാം കുടിയേറിയത്. മുത്തങ്ങയിലെ ജോഗിസ്തൂപത്തിനു പിന്നിൽ ദൂരെയല്ലാതെ കാണാം മരത്തിൽ കെട്ടിയിരുന്ന ഒരു കുടിൽ തകർന്ന് തൂങ്ങിയാടുന്നത്. ആവാസഭൂമി നഷ്ടപ്പെട്ട ഇന്നത്തെ ആദിവാസി ജീവിതത്തിന്റെ നേർപ്രതീകം.

ഇവിടം കാറ്റുകളുടെ രാജ്യം. സ്ഥലവും കാലവും ഭാഷയും കാറ്റ്. പൗലോ കൊയ്‌ലൊവിന്റെ 'ആൽകെമിസ്റ്റി'ൽ വീശിയതിലും വലിയ കാറ്റ്. ഇവിടെ നിന്ന് കാണുമ്പോൾ ലോകം ഇന്നലത്തേക്കാൾ ഇരുണ്ട ഗുഹയിലേക്ക് താഴുന്നത് പോലെ. ചന്തയിൽ നിന്ന് കാണുന്ന വലിപ്പം ഒന്നിനുമില്ലാതായി, ഇവിടെ

നിന്ന് കാണുമ്പോൾ. കൂടുതൽ അടഞ്ഞ വാതിലുകൾ, കൂടുതൽ അഴുകിയ നാറ്റം, കൂടുതൽ കത്തിയാളിയുള്ള കരച്ചിൽ, കാറ്റ് കൊണ്ടു വരുന്നു. കൂടിക്കുരുങ്ങാതെ ഒരിഴയും ബാക്കിയില്ലാതെ കാറ്റിന്റെ തറികൾ കുരുക്കുകൾ നെയ്യുന്നു. അത് ഭീരുവിന് കിരീടം, ധീരന് കഴുമരം. ലളിതമായതെന്തും വിശുദ്ധമാണെന്ന് ദാന്തെ കണ്ട നേർലോകത്തിന്റെ എളിയ നാളങ്ങൾ കൂട്ടത്തോടെ പുതിയ ആഗോള ചന്തക്കാറ്റുകളുടെ ചുഴിയിൽ മുങ്ങിമരിക്കുന്നു. സിരകൾ, ഓർമ്മകൾ, ബന്ധങ്ങൾ, പുഴകൾ, കൂടുതൽ വിഷമൊഴുക്കിക്കൊണ്ടു വരുന്നു. കാറ്റുകളും ഒഴുക്കുകളും കല്ലുളികൾ പോലെ ഇന്ന് നമുക്ക് കാണാനാവാത്ത കൽച്ചുമരുകളിൽ കൊത്തിവെക്കുന്നത് തീർച്ചയായും ലളിതഗാനങ്ങളല്ല.

സുജാതാഭട്ടിന്റെ കവിതയിൽക്കാണും പോലെ ഇന്ന് 'ചരിത്രം ഒരു ശിഥിലാഖ്യാനം.' ഗുഹ അവസാനിക്കുന്നില്ല; കൽച്ചുമരിലെ കൽക്കവിതയും. വിയോജിക്കാതെ, എതിരിടാതെ, ഇന്ന് ശുഭാപ്തിവിശ്വാസിയായിരിക്കാൻ ചെറിയ മൗഢ്യം പോരാ. കയങ്ങളെ ഭയക്കുന്നവരിൽ അധികാരം അതിന്റെ ആരാധകരെ കണ്ടെത്തുന്നു.

■

ചിത്രം ഒരു മിത്രം

സത്യജിത് റേയുടെ പഥേർ പാഞ്ചാലി, അപരാജിതോ, അപുർ സൻസാർ, ഹിച്ച്കോക്കിന്റെ പക്ഷികൾ തുടങ്ങിയ സിനിമകൾ ഞാനാദ്യം കണ്ടത് കൊല്ലത്തെ എസ്.എം.പി. പാലസ്സിലാണ്. അറുപതുകളുടെ ആദ്യം. ഈയിടെ സി.ആർ. ഓമനക്കുട്ടൻ ആ കൊല്ലംകാലത്തെക്കുറിച്ചെഴുതിയിരുന്നു. അത് ചെറിയൊരു ചലച്ചിത്രോത്സവം. അപരാജിതോയിൽ ഗംഗാതീരത്തെ വിഷാദവസതിയിൽ അപുവിന്റെ അച്ഛൻ ഹരിഹർ മരിക്കുന്ന രംഗം തന്ന നടുക്കം ഇന്നും മനസ്സിലുണ്ട്. ഗംഗയിലേക്കിറങ്ങുന്ന പടവുകളിൽ അപുവിന്റെ കയ്യിൽ നിന്ന് വീണുപോകുന്ന പാത്രം, നമുക്ക് കേൾക്കാനാകാത്ത ഇടിമുഴക്കമായി മരണം കേട്ട് നടുങ്ങിത്തെറിച്ചുയരുന്ന പക്ഷികൾ. ഒഴിയാബാധ പോലെയായി മനസ്സിൽ ആ സിനിമകളിലോരോന്നിലും വരുന്ന മരണദൃശ്യങ്ങൾ. ഹിച്ച്കോക്കിന്റെ 'ബേഡ്സി'ലും പേടിയും മരണവുമാണ് പക്ഷിച്ചിറകടികളായി ആകാശം നിറയുന്നത്. എസ്സെൻ കോളേജ് ഹോസ്റ്റലിലെ എന്റെ മുറിയിലെ ജനാലയിലൂടെ പിന്നെ സന്ധ്യ കാണിച്ചത് കടപ്പുറത്തേക്ക് വഴി തിരിയുന്നിടത്തെ വലിയ അരയാലിനും ഇരുളുന്ന മരങ്ങളുടെ ചക്രവാളത്തിനും മുകളിൽ ചേക്കേറലിനൊരുങ്ങുന്ന പക്ഷികളുടെ വിഹ്വലമായ കരിങ്കൂട്ടങ്ങൾ. പിന്നെ എന്നോ അവ ആശാന്റെ 'പ്രരോദന'ത്തിലെ മഹാകാകശ്രേണിയായും രാത്രിയായും മരണമായും വളർന്ന് മനസ്സിൽ വലുതായി.

അക്കാലത്തു തന്നെയാണ് ബ്രൂഗലിന്റെ (16-ാം നൂ.) ചിത്രങ്ങളുടെ ഒരു വലിയ സമാഹാരം എനിക്കു കാണാൻ കിട്ടിയത്. ഗോയയുടെ ചിത്രങ്ങൾ കാണിച്ചു തന്ന നരകദൃശ്യങ്ങളുടെ ഗണത്തിലാണ് എന്റെയുള്ളിൽ ബ്രൂഗലിന്റെ ചിത്രങ്ങൾ ചെന്നു ചേർന്നത്. പ്രകാശത്തിനും പ്രത്യാശയ്ക്കും കർഷകസങ്കടങ്ങൾക്കും ആഘോഷിക്കലിനും വേട്ടയ്ക്കും കെണിക്കും ഇരകൾക്കും മരണത്തിനും യാഥാർത്ഥ്യത്തിനും സ്വൈരമായി ജീവിക്കാൻ വേണ്ട അന്തസ്ഥലവിസ്തൃതിയും ഗഹനവിതാനങ്ങളും നിസ്സംഗ സൂക്ഷ്മതയോടെ ചിത്രത്തിലൊരുക്കുന്ന ബ്രൂഗൽ അടുത്ത് നില്ക്കാൻ അധികം പേരില്ലാത്ത ഇതിഹാസകവിയാണ്. ചോദനകളുടെയും

പ്രകൃതിയുടെയും സംസ്കൃതിയുടെയും പാരമ്പര്യങ്ങളുടെയും അവസാനമില്ലായ്മകളിലേക്ക് സാഹസിക സഞ്ചാരങ്ങൾക്ക് പുറപ്പെട്ട പിൽക്കാല യൂറോപ്യൻ പ്രതിഭകളുടെയെല്ലാം ഗുരു. ആഴം കാണലിന്റെ പെരുന്നാളുകളായിരുന്നു എനിക്ക് കൊല്ലത്തെ ആ ബ്രൂഗൽ ദിനങ്ങൾ.

കറുപ്പും ചുവപ്പും വെള്ളയും തവിട്ടും നീലയും ഒരുക്കിയ കയങ്ങളിലൂടെ ബ്രൂഗൽ എന്നെ പലജന്മം ജീവിപ്പിച്ചെന്ന് തോന്നി. 'മഞ്ഞിലെ വേട്ടാക്കാർ', 'അന്ധരെ അന്ധർ നയിക്കും', 'തകരുന്ന ബാബേൽഗോപുരം', 'കുരിശേന്തിയ യേശു', 'കഴുമരത്തിലെ കരിങ്കുയിൽ', 'നൃത്തം ചെയ്യുന്ന കർഷകർ', 'ഉയിർത്തെഴുന്നേല്പ്' തുടങ്ങിയ ബ്രൂഗൽ ചിത്രങ്ങൾ എന്റെ ഓർമ്മയിലെ റേയുടെ ഹരിഹററിന്റെ മരണത്തിൽ നടുങ്ങി ഉയർന്ന പക്ഷികളും, ഒരു ദേശത്തെ മുഴുവൻ നടുക്കി ഉയർന്ന ഹിച്ച്കോക്കിന്റെ പക്ഷികളും ആശാന്റെ കാക്കക്കൂട്ടങ്ങളും മാത്രമല്ല, എന്റെ ജീവിതാവബോധം ആകെത്തന്നെയും പുതുവിതാനങ്ങളിൽ പുനർവിന്യസിച്ചുകൊണ്ടിരുന്നു.

ചലച്ചിത്രവും ഫോട്ടോഗ്രാഫിയും പോസ്റ്ററുകളും വാസ്തുവിദ്യയും ഡിസൈനുകളും നമ്മുടെ ദൈനംദിന നോട്ടങ്ങളിൽ കാഴ്ചപ്രളയമാണെങ്കിലും ചിത്രങ്ങളും ശില്പങ്ങളും ഇന്നും പിന്നറയിലാണ്. ചുമരിൽ എണ്ണച്ചായചിത്രങ്ങൾ പാരമ്പര്യപ്പെരുമ ഓർമ്മിപ്പിച്ച് നില്ക്കുന്നുണ്ടെങ്കിലും. നഗരങ്ങളിലെ ഗാലറികളിൽ വല്ലപ്പോഴും ചിത്രപ്രദർശനങ്ങൾ വന്നു പോകുന്നുണ്ടെങ്കിലും. പല ലക്ഷങ്ങൾക്ക് ഒരു ചിത്രം വിറ്റു പോകുന്നതാണ് നമുക്ക് ചിത്ര വാർത്ത. അല്ലെങ്കിൽ എം.എഫ്. ഹുസൈന്റെ ഒരു ചിത്രം മതവികാരത്തെ പ്രകോപിപ്പിക്കുന്ന, ഹുസൈൻ ചിത്രങ്ങൾ വർഗ്ഗീയവാദികൾ തീയിട്ട, വാർത്ത. പ്രവാചകരൂപം വരച്ചതിനെതിരേ തീയാളുന്ന വാർത്ത. ഡാൻ ബ്രൗണിന്റെ ഡാവിഞ്ചിക്കോഡ് ഡാവിഞ്ചിയുടെ 'അവസാനത്തെ അത്താഴ'ത്തിൽ ഒരു പുതിയ രഹസ്യം വായിക്കുന്ന വാർത്ത. മാധവിക്കുട്ടി മൃദുത്വമുള്ള മഞ്ഞയിലെഴുതിയ നഗ്നരൂപങ്ങളും അവഗണനയുടെ മഴ നനയുന്ന ടി.കെ. പദ്മിനിയുടെ ചിത്രങ്ങളും ചെറുവാർത്തകൾ പെയ്തു പോയി. ചിത്രകാരികൾ വളരെപ്പേർ പിന്നെ വന്നു കാലമെഴുതി. ചിത്രങ്ങളില്ല കൺമുന്നിൽ.

ചിത്രകലയുടെ ഉൾക്കാഴ്ചകൾ അഞ്ജലീ സർക്കാറോ ആർ. നന്ദകുമാറോ വിജയകുമാർ മേനോനോ രവീന്ദ്രനോ സുനിൽ പി. ഇളയിടമോ പി. സുരേന്ദ്രനോ അജയകുമാറോ കവിതാബാലകൃഷ്ണനോ എം.വി. ദേവനോ പദ്മനാഭൻ തമ്പിയോ പല കാലങ്ങളിൽ തന്നു പോയി. ചിത്രകലയെ പെണ്ണിനെപ്പോലെ നാം അന്തർജ്ജനമാക്കി മറയ്ക്ക് പിന്നിൽ പാർപ്പിച്ചു.

തമിഴ്നാട്ടിൽ നിന്നു വരുന്ന ട്രക്കുകൾ ചിലപ്പോൾ തമിൾക്കോവിലുകൾ പോലെ. പുറമേ ആണ്ടവനോ ഗോപുരങ്ങളോ നിറഞ്ഞ്. ചിലപ്പോൾ വെങ്കിടേശ്വരൻ, യേശു, ഗണപതി, ഹനുമാൻ, സരസ്വതി, ബുദ്ധൻ, എംജിയാർ, രജനി, ചിരഞ്ജീവി.... പല നാടുകളിൽ നിന്ന് പല ആരാധനകളുടെ

ബിംബങ്ങൾ ട്രക്കുകളിലും വോൾവോകളിലും വാനുകളിലുമായി ജനകീയ ചിത്രമെഴുത്തിന്റെ അതിജീവനം.

ഒരിക്കൽ കൽക്കത്തയിലെ മെട്രോ ട്രെയിനിലിരിക്കുമ്പോൾ അഞ്ജലീ ഇളാ മേനോന്റെയും മറ്റും ചിത്രങ്ങൾ തീവണ്ടിക്കുള്ളിൽ വച്ചിരിക്കുന്നത് കണ്ടു; ടാഗോറിന്റെ പേരിൽ രണ്ട് റെയിൽവേ സ്റ്റേഷനുകൾ കണ്ടു. അവയിലെമ്പാടും ടാഗോറിന്റെ ചിത്രങ്ങൾ കണ്ടു. ആ അന്തരീക്ഷത്തിൽ ഒഴുകി വിഹരിച്ചോളാൻ ആരോ രവീന്ദ്രസംഗീതത്തെ തുറന്നുവിട്ടിരുന്നു.

സംസ്കാരം ഓർമ്മയിലുള്ള അധികാരമാണെങ്കിൽ അതിനു ചിത്രകലയെ കാണാമറയത്തു നിന്ന് ഇങ്ങനെ പൊതുസ്ഥലത്തേക്കു മോചിപ്പിക്കാനാവും. എവിടെത്തിരിഞ്ഞൊന്നു നോക്കിയാലും തിരിയാതെ നോക്കിയാലും അവിടെല്ലാം കേരളീയ ചിത്രങ്ങൾ കാണാവുന്ന ഒരു കാഴ്ചക്കാലം വരുത്താനാവും. ഓരോ വായനശാലയിലും വീട്ടിലും ഹാളിലും പൊതുവാഹനങ്ങൾക്കുള്ളിലും പുറംചട്ടകളിലും പൊതുസ്ഥലങ്ങളിലും പാഴ്കാഴ്ചകൾ കണ്ടു തളർന്ന കണ്ണുകൾക്ക് വിഹരിച്ച് പോകാൻ ചിത്രങ്ങൾ വന്നു നിറഞ്ഞ് കാഴ്ചയുടെ ഒരു പുതുവസന്തം വരുത്താനാകും. ചിത്രകലയ്ക്ക് മാത്രമായി, 'ആർട്ട് ഇന്ത്യ'യോ 'ലളിതകലാ കണ്ടെമ്പററി'യോ പോലുള്ള പ്രസിദ്ധീകരണങ്ങൾ ഇന്ന് തുടങ്ങാനാവും. തനിച്ചിരിക്കുന്ന, തപിച്ചിരിക്കുന്ന, മനസ്സിനോട് പാട്ടിന് പറയാൻ കഴിയുന്നതെല്ലാം ചിത്രത്തിനും പറയാൻ കഴിയും. ചിത്രം കാണൽ ഒരു നല്ല ചികിത്സ കൂടിയാണ്. ചിത്രം ഒരു നല്ല മിത്രം.

■

മനുഷ്യൻ! ഹാ!
എത്ര ലാഭകരമായ ഉടൽ

'ഒരു നഗരത്തിൽ ഒരു അനീതിയുണ്ടായാൽ സൂര്യനസ്തമിക്കുന്നതിനു മുമ്പ് ആ നഗരം കത്തിച്ചാരമാകണം.' പാതകങ്ങൾ മഴ പോലെ പെയ്തിരുന്ന കാലത്തോടായിരുന്നു ജർമ്മൻ കവി ബെർടോൾട് ബ്രെഹ്റ്റ് ഇങ്ങനെ ഇടഞ്ഞത്. പാതകങ്ങൾ ഇന്നത്തെപ്പോലെ ആസ്വദിക്കാൻ കഴിയാതിരുന്ന നാളുകളിൽ കേരളത്തിലെ യുവാക്കളുടെ ചുവരുകൾക്കും ചുണ്ടുകൾക്കും പ്രിയപ്പെട്ടതായിരുന്നു ഈ ബ്രെഹ്റ്റിയൻസൂക്തം.

അങ്ങനെ ചുട്ടെരിക്കപ്പെടുകയായിരുന്നെങ്കിൽ ഇന്ന് ലോകത്ത് എത്ര നഗരം ബാക്കിയുണ്ടാവുമായിരുന്നു? ആ നഗരരഹിത നാഗരികതയിലേക്കും നൂണെത്തിക്കഴിഞ്ഞിട്ടുണ്ടാവും ഇതിനകം അനീതിയും അതിന്റെ കൂട്ടാളികളായ ഹിംസയും അഴിമതിയും. നീതിയുടെയും പ്രതിഷേധത്തിന്റെയും ഈ തീത്താണ്ഡവം ബ്രെഹ്റ്റിന്റെ കണ്ടുപിടിത്തമല്ല. അത് ചേര ചോള പാണ്ഡ്യ രാജ്യങ്ങളിൽ പണ്ടേയുണ്ട്. അനീതിക്കും ഹിംസയ്ക്കുമെതിരേയുള്ള അത്തരമൊരു പ്രതിഷേധകീർത്തി മുല പറിച്ച് നിലത്തടിച്ച് മധുരാപുരി ചുട്ടെരിച്ച കണ്ണകിയാണ്. മറ്റൊന്ന് ഹനുമാന്റെ ലങ്കാദഹനം. ചിലപ്പോൾ തീ ധർമ്മരോഷത്തിന്റെ പേരാണ്.

പിന്നെ വന്ന പുതു കലക്കങ്ങളിൽ അവനവനെച്ചുട്ടെരിച്ച് അനീതിയോട് കലഹിക്കുന്ന പാവം പുതു തമിഴർ പലരുണ്ടായി. അതും കടന്ന് നീതിയെ ചുട്ടെരിച്ച് സ്വയം നീതിയായി പ്രഖ്യാപിക്കുന്ന പരമാധികാരങ്ങളുണ്ടായി. അത്തരം രാജ്യങ്ങളുടെ നേതൃത്വം യുദ്ധവെറി മൂത്ത അമേരിക്ക സ്വയം ഏറ്റെടുത്തു. 'അമേരിക്ക, നീ എന്നൊരു മാലാഖയാവും?' എന്ന് അലൻ ഗിൻസ്ബെർഗ് ലജ്ജയും രോഷവും സ്വപ്നവും കൊണ്ടു. ചോംസ്കി വിമർശിച്ചു. വാഷിംഗ്ടണിലെയും ന്യൂയോർക്കിലെയും യുദ്ധവിരുദ്ധ റാലികളിലെ മെഴുകുതിരികൾ സമാധാനത്തിനായി അത്യുന്നതങ്ങളോട് മനസ്സ് കൂപ്പി പ്രാർത്ഥിച്ചു. എന്ത് ഫലം? സൂര്യനസ്തമിക്കുന്നതിനു മുമ്പ് ഏത് നഗരം കത്തിച്ചാരമാകും? കൊന്നു കുഴിച്ചിട്ട ശവത്തിന്റെ കൈ പട്ടി മാന്തി പുറത്ത് വന്ന പോലെ എന്നെങ്കിലും സത്യം പുറത്തുവരും.

എന്നെങ്കിലും അനീതിയും ഹിംസയും ലോകമറിയും; കൊള്ളയടിച്ച പൊലിപ്പിച്ച പ്രതാപങ്ങൾ മുഖം മൂടിപോലെ കൊഴിഞ്ഞു വീഴും. വിധി വിശ്വാസത്തിന്റെ ബന്ധുവായ ഈ നേർത്ത പ്രത്യാശയാണ് ഇന്ന് നന്മയുടെ വീട്.

ബഹുഭാഷകളായി പുതിയ സംസ്കാരം വളരുമ്പോഴും പ്രതിഷേധത്തിനു പുതുഭാഷയില്ല. പ്രതിഷേധത്തിന്റെ പഴയ ഭാഷ ഇന്നും ചിലപ്പോൾ നന്നായി ത്തോന്നും. കൊടുംക്രൂരതയോട് പ്രതികരിക്കുമ്പോൾ പ്രത്യേകിച്ചും. നോയി ഡയിലെ നിതാരി ഗ്രാമത്തിലെ വൻ കൊലയാളി മൊഹീന്ദെർസിംഗ് പാന്ഥെറിന്റെ വീട് രോഷാകുലരായ ജനക്കൂട്ടം തല്ലിത്തകർത്ത സന്ദർഭം ഈ ഗണത്തിൽ ഏറ്റവും പുതിയത്. എത്ര പുരാതനമെങ്കിലും, തെളിവു കൾ നഷ്ടപ്പെടാനിടയായേക്കുമെങ്കിലും, അതിശക്തമായ വികാരത്തിന്റെ ആ അനർഗ്ഗള പ്രവാഹം ഗണനീതിയുടെ - ഫോക് ജസ്റ്റിസിന്റെ - സഹജ സൗന്ദര്യം ആവിഷ്കരിച്ചു എന്നുതന്നെ പറയണം. ഇരുപതിലേറെ കുട്ടിക ളെയാണ് മാനഭംഗപ്പെടുത്തിയശേഷം കൊന്നു കുഴിച്ചുമൂടിയത്. ലാഭാസ ക്തനും കാമാസക്തനുമായ അവയവ വ്യാപാരി നോക്കുമ്പോൾ മഹാദില്ലി യുടെ ഓരങ്ങളിൽ അലയുന്ന ആ പാവം കുട്ടിജീവിതങ്ങൾ, അവരുടെ മനുഷ്യാവകാശങ്ങൾ പോലെത്തന്നെ, തീർത്തും വില കെട്ടത്. അവരുടെ ആന്തരാവയവങ്ങൾക്കോ ചോദിക്കുന്ന വിലയും. അവരില്ലെങ്കിലും ദില്ലിയുടെ ഗാംഭീര്യത്തിനു കുറവൊന്നും വരില്ല.

നമുക്കത്ര പരിചയമില്ലല്ലോ ഒരു അവയവ വ്യാപാരിയുടെ മനുഷ്യദർശനം. 'മനുഷ്യൻ ഹാ! എത്ര ലാഭകരമായ ഉടൽ' എന്നായിക്കൂടെന്നില്ല അത്. സ്വന്തം ഭാര്യയുടെയും മക്കളുടെയും വൃക്കകളും ഹൃദയവും കരളുമൊക്കെ പ്പോലും അയാളുടെ ലാഭഗണിതത്തിൽ എത്ര വട്ടം ഉദിച്ചസ്തമിച്ചിട്ടില്ലെ ന്നാരു കണ്ടു? കൊലവീടിന്റെ അടിത്തറയിൽ നിന്ന് കുഴിച്ചെടുക്കപ്പെട്ടതെല്ലാം അപൂർണ്ണ ഉടലുകൾ. നേരിന്റെ ഉള്ള് തുരന്ന് പോയിട്ടുണ്ട്. അവ ഏതെ ങ്കിലും ധനിക ഉടലുകളിൽ ഇതേ നഗരത്തിലോ ലണ്ടനിലോ മാഡ്രിഡിലോ ബോസ്നിയയിലോ ജീവിച്ചിരിപ്പുണ്ടാവും. ഇനിയും കുഴിച്ചെടുക്കപ്പെടാ തെയും കണ്ടുകിട്ടാതെയും ചില കുട്ടികളുണ്ട്. കാണാതായവരുടെ കൂട്ട ത്തിൽ. എൻ.ഡി. ടി.വി. റിപ്പോർട്ടർ പറയുന്ന പോലെ അവരാണ് ഇന്ന് ഏറ്റവും വേദനിക്കുന്നവർ. നോയിഡയിലെ ഈച്ചരവാരിയർമാർ.

നാം എന്തു ചിന്തിക്കുന്നു, എന്ത് ചെയ്യുന്നു, എന്ത് കഴിക്കുന്നു, എന്ത് ധരിക്കുന്നു എന്നതൊന്നുമല്ല, എന്ത് കുഴിച്ചെടുക്കുന്നു എന്നതാണ് ഇന്ന് നമ്മുടെ സംസ്കാരത്തിന്റെ മാപകം. മോഹൻ ജൊ ദരോയിൽ നിന്ന് ബൃഹ ദാകാരിയായ പാരമ്പര്യം, ചരിത്രത്തിൽ നിന്ന് മാനവികത, വാക്കിൽ നിന്ന് ലോകം, കണ്ണിൽ നിന്ന് ഭാവം, കിണറിന്റെ മൗനത്തിൽ നിന്ന് മണ്ണിന്റെ തെളി മനസ്സ്, ആയുസ്സിൽ നിന്ന് ലോകത്തിന്റെ ആഴം, വാർത്തകളിൽ നിന്ന്

കാലത്തിന്റെ വിഷസഞ്ചി, അധികാരത്തിൽ നിന്ന് ജനാധിപത്യത്തിന്റെ ജഡം, സേവനത്തിൽ നിന്ന് സ്വാർത്ഥത, കീർത്തിയിൽ നിന്ന് ആർത്തി, കോടതിവിധിയിൽ നിന്ന് ഞെട്ടൽ, ചന്തയിൽ നിന്ന് മൂല്യങ്ങളുടെ ഇറച്ചി, മതത്തിൽനിന്ന് വർഗ്ഗീയത.... അങ്ങനെയങ്ങനെ. നോബേൽ സമ്മാനിതനായ ഐറിഷ്കവി ഷീമസ് ഹീനിക്ക് ഉരുളക്കിഴങ്ങിന്റെ തണുത്ത മണത്തിനുമപ്പുറം മസ്തിഷ്കത്തിൽ ഉണർന്നിരിക്കുന്ന സ്വന്തം വേരുകൾ പോലെ. തൂമ്പ കൊണ്ടല്ല, മനസ്സ് കൊണ്ട് കുഴിച്ചെടുക്കേണ്ടവ.

ഏതു ജീവിതത്തിലും കുറ്റാന്വേഷണ പരീക്ഷകൾ നിറച്ചാണ് സംസ്കാരത്തിൽ ഹിംസയുടെ വളർച്ചയും നീതിയുടെ തിരോധാനവും. ആരിലും കാണാം ഇന്നൊരു കുറ്റാന്വേഷകനെ; ചിലരിലെങ്കിലും ഒരു പ്രതിഷേധിയെയും. ■

എം.വി. ടിപ്പുസുൽത്താൻ എന്ന കപ്പലിൽ

കപ്പലിലേക്കുള്ള കോണിപ്പടികൾ വീതി കുറഞ്ഞത്. വയസ്സായി നടു കൂനിയത്. കഴിഞ്ഞ നൂറ്റാണ്ടിലെ കടൽക്കാറ്റുകൾ യൗവനം കാർന്ന് പോയത്. ഈ കപ്പലപ്പൂപ്പന്റെ പ്രായത്തോളം വരും നിലത്ത് നിന്ന് കപ്പലിലേക്ക് കോണിയുടെ ഉയരം. വളന്തുന്നുമുണ്ട്. ഇത്ര പടി ചവിട്ടേണ്ടാ പുതിയ ചില കപ്പലുകളിൽ കേറാനെന്ന് ചെമ്പൻ രോമത്തൊപ്പി വച്ച ഒരാൾ. വിളറിയ വയലറ്റ് ചുണ്ടുകളിൽ താറാച്ചുണ്ടിന്റെ ഛായ. ആളൊരു പതിവ് കടൽയാത്രിക്കായിരിക്കാം. പക്ഷേ, എനിക്കും ലക്ഷ്മിക്കും ആദിത്യനും ഇത് ആദ്യ കപ്പൽയാത്ര. ഏതാനും ബി.എസ്.എൻ.എൽ. കുടുംബങ്ങളെ കണ്ടു. അവരും കപ്പലിൽ ആദ്യമാണെന്ന് തോന്നി. ജയൻ കവരത്തിയിൽ ഹോട്ടൽജോലിക്ക് പോവ്വാണ്. ഒരു പുയ്യാപ്ലേം പിയ്യോട്ടിയേം (പുതുമാരനേം പുതുമണവാട്ടിയേം) കണ്ടു. കൊച്ചിയിൽ മധുവിധു കഴിഞ്ഞ് ദ്വീപിലേക്ക് മടങ്ങുകയാവും. ദ്വീപിന് മധുവിധു വൻകര; മറിച്ചും. കപ്പലിൽ അവരും ആദ്യമല്ലെന്ന് തോന്നി. കുലുക്കല്ലൂർകാർ നിലമ്പൂർ വണ്ടിയിൽ (ഷട്ടിൽ ട്രെയിൻ) നടക്കുന്നത്ര നിത്യപരിചയത്തോടെയാണ് കപ്പലിൽ ദ്വീപുകാരുടെ നടപ്പ്. ഞാനെന്റെ പെരിന്തൽമണ്ണ ക്കോളേജ് കാലം ഓർത്തു.

മണങ്ങളാണ് കപ്പലിൽ കരയുടെ തുടർച്ച; ചരിത്രത്തിന്റെയും. മണ്ണെണ്ണയിൽ കുതിർന്ന ബ്രാസ്സോയുടെ മണവും ഗ്രീസ്മണവും പെയിന്റ് മണവും കപ്പലിന്റെ വയസ്സൻ ലോഹദേഹത്ത് യൗവ്വനം പുരട്ടുന്നു. പണ്ട് തങ്കശ്ശേരി ദീപസ്തംഭത്തിന്റെ മേലേ ചെന്നപ്പോൾ കിട്ടിയ അതേമണം. ഇടനാഴികൾ താണ്ടി ചില തിരിവിലെത്തുമ്പോൾ വിസർജ്ജ്യങ്ങളുടെ മൃഗശാലനാറ്റം. കപ്പലിന്റെ ഇറയങ്ങളിലൂടെ ഡീസൽമണം, അത്തർമണം, കാന്റീൻ വാതിലിലെ മസാലമണം, പുരാതന നാവികരുടെ സന്നദ്ധതയുടെ മണം, കാലിൽ ചങ്ങലയുമായി അടിത്തട്ടിൽ തണ്ട് വലിച്ച് 'ബെൻഹർ' സിനിമയിൽ ചാൾട്ടൻ ഹേസ്റ്റനോടൊപ്പം കിതയ്ക്കുന്ന അടിമകളുടെ മണം. പെരുമ്പറയുടെ ആജ്ഞയ്ക്കൊത്ത് വേഗം കൂട്ടിയും കുറച്ചും തുഴഞ്ഞ് ലോകത്തെ അവർ പുതുതുറമുഖങ്ങളിലെത്തിച്ചു. അവരോ അതേ തുഴക്കുഴിയിൽ അതേ ചങ്ങലക്കെട്ടിലും.

മണങ്ങളുടെ രാസവിദ്യ സങ്കീർണ്ണമായിക്കൊണ്ടിരുന്നു. കപ്പൽമണങ്ങളുടെ പഴഞ്ചൻ കോണിപ്പടികളിറങ്ങി ഞങ്ങൾ കാബിനിലേക്ക് വഴി ചോദിച്ച് നടന്നു. കൂട്ടത്തിലാണെങ്കിലും ഇടയ്ക്കിടെ ഉള്ളാലെ ഒറ്റയ്ക്കായി. ജലനിരപ്പിന് താഴെയുള്ള നിലയിൽ കാബിൻ കണ്ടെത്തി. ഭാണ്ഡങ്ങൾ അതിൽ വച്ചു.

തീവണ്ടിയിലെ ഒന്നാംക്ലാസ് കാബിന്റെ ലേ ഔട്ട് ഓർമ്മിപ്പിക്കുന്ന കാബിൻ. കിടക്ക, തലയണ, പുതപ്പ്, വാഷ്ബേസിൻ, ഫാൻ, കുടിവെള്ളം - നാലു പേർക്ക്. വരയായും വാക്കായും ചുവരിൽ ആരുടേയോ ലൈംഗിക ഏകാന്തത. ജനൽ സാധ്യമല്ല. ചുവരിനപ്പുറം കടലാണ്. ചൂടുണ്ട്. സങ്കല്പിച്ചിരുന്ന പോലെ ജനലിലൂടെ കാറ്റു കൊണ്ടും കടൽ കണ്ടുമല്ല കാബിനിലിരുന്നുള്ള ഈ യാത്ര.

ബാഗുകൾ ഇവിടിരിക്കട്ടെ. നമുക്ക് കപ്പലൊന്ന് പരിചയപ്പെടാമെന്ന് ഞങ്ങളെ ലക്ഷദ്വീപിലേക്ക് കൂട്ടിക്കൊണ്ടുപോകുന്ന ശ്രീകുമാർ പറഞ്ഞു. പല ദ്വീപുകളിലെ പല സ്കൂളുകളിൽ പന്ത്രണ്ടിലേറെ വർഷം പഠിപ്പിച്ച ശ്രീകുമാറിന് കപ്പലുകളെ, കടൽനേരങ്ങളെ, ദ്വീപുകളെ, ദ്വീപു മിത്തുകളെ, ദ്വീപ് മലയാളത്തെ, ലഗൂണുകളെ, പവിഴപ്പുറ്റുകളെ, കടൽജന്മങ്ങളെ, നല്ല പരിചയം.

ഒരു പുതുകരയിലെന്നോണം കപ്പലിലെ ഊടുവഴികളിൽ ഞങ്ങൾ അലഞ്ഞു നടന്നു. നടക്കുന്നത് കപ്പലിലോ പഴങ്കാലത്തിലോ എന്ന് തോന്നൽ മറിഞ്ഞുകൊണ്ടിരുന്നു. ആ പോക്കിൽ കപ്പലിൽ നിന്ന് കാണായ കൊച്ചിക്കും ഫോർട്ട്കൊച്ചിക്കും ഒരു മറുനാടൻ പുതുവടിവ്. ഉണ്ടായിട്ടേയില്ല അങ്ങനെയൊരു നോട്ടം കടലിൽ നിന്ന് കൊച്ചിയിലേക്ക്. മരിച്ചു പോയ പട്ടിണിക്കാർ അരിപ്രാവുകളായിപ്പിറന്ന് ഗോഡൗണുകളുടെ മേൽക്കൂരയിലിരിപ്പുണ്ട്. അരിപ്രഭുക്കളായി.

കായൽ വിട്ട് കടലിലേക്കു കപ്പലിറങ്ങുമ്പോൾ എനിക്കു കപ്പലിന്റെ മനസ്സുമായി ഒരിണക്കം കിട്ടിയ പോലെ. എന്റെ ഓരോ തോന്നലും കപ്പലിനെ കൂടെക്കൂട്ടി. അതിന്റെ പോക്ക് എന്റെയും പോക്ക്. അതിന്റെ വേഗം, കിതപ്പ്, മറുകരയിലേക്കുള്ള കുതിപ്പ്, എല്ലാം എന്റേയും.

കപ്പൽ തുറമുഖം വിട്ടകലുന്നത് പുതുതുറസ്സുകൾ തുറന്നുകൊണ്ട്. കടൽ വലുതായി. കൊച്ചിയുടെ ജലഭംഗികൾ കാക്കുന്ന കരബലം മറച്ച് കടലിന് ഉയരം കൂടി. പൂക്കളും ഇലകളും പ്ലാസ്റ്റിക് തുണ്ടുകളും കടൽക്കാക്കകളും കുറഞ്ഞു. കടലിൽ ഇനി അവശേഷിക്കുന്ന കരയുടെ നോട്ടങ്ങൾ മീൻപിടുത്തബോട്ടുകളുടേയും എം.വി. ടിപ്പുസുൽത്താൻ എന്ന ഈ കപ്പലിന്റേയും മാത്രം. "ബോട്ടുകളും വേഗം കാണാതാവും." ശ്രീകുമാർ പറഞ്ഞു. കൊച്ചിയുടെ പ്രിയ ദൃശ്യങ്ങളിപ്പോൾ കപ്പലിന്റെ വാലറ്റം ചൂണ്ടുന്ന കടൽ ദിക്കിനപ്പുറം. ഫോർട്ട്കൊച്ചിയുടെ പൗരാണിക ഉടൽ ഒരു വയസ്സൻ കപ്പിത്താനെപ്പോലെ കടലറിഞ്ഞും കപ്പലുകളെ നോക്കിയും നിന്ന നില്പ് കണ്ണിൽ നിന്ന് മായുന്നില്ല.

നീലയുടെ മായാലോകങ്ങൾ തുറന്ന് കപ്പൽ പഴയ സഞ്ചാരികളോട് പറഞ്ഞ കയങ്ങളുടെ കഥകൾ പുതുയാത്രികരോടും പറഞ്ഞു തുടങ്ങി. കര ഒരു വര പോലെ പോലും കാണാതായി. ഇപ്പോൾ കപ്പലാണു കര. ദ്വീപ്, ഭൂഖണ്ഡം, പർവതം, കാട്, വീട്, നഗരം, പീഠഭൂമി എല്ലാം.

ഡക്ക് ഗംഭീരം. കടലിന് ചേർന്ന തുറസ്സ്. തടവില്ലാതെ കാറ്റും കാഴ്ചയും. യാത്രക്കാരേറെയും ഇവിടെയാണ്. ഇരുന്നോ കിടന്നോ നടന്നോ കടൽ നോക്കിനിന്നോ അവരവർക്ക് വേണ്ടത്ര സൈ്വരത്തിലേക്ക് പോകാം. മേലറ്റത്താണ് കപ്പലിലും സ്വർഗ്ഗം. ഇരിപ്പ് ഇവിടെയാവാം. ഈ വലിയ കാഴ്ചയാണ് തേടിയിരുന്നത്. പുയ്യാപ്ലേം പിയ്യോട്ടീം ഇവിടെയുണ്ട്. ഡക്കിന്റെ കൈവരിയിൽ തൊട്ടു നിന്ന് പ്രേമത്തിലാണ്. അവർ കാണുന്നില്ലല്ലോ കടലിന്റെ ഈ ഇന്ദ്രജാലവിസ്മയം. തമ്മിൽ കണ്ടുകഴിയാതെ എന്ത് കടൽ? പ്രേമത്തിലും വലിയ എന്ത് ഇന്ദ്രനീലം?

ഒന്നാംക്ലാസ് കാന്റീനിലെ ഉച്ചഭക്ഷണത്തോടൊപ്പം ഒരു മുഴുവൻ മാമ്പഴം പ്ലേറ്റിന്റെ അമരത്തിരുന്ന് കരയെ സ്തുതിക്കുന്നുണ്ടായിരുന്നു.

ഇപ്പോൾ ചുറ്റോട് ചുറ്റും കടൽ മാത്രം. ജലത്തിന്റെ ഈ പെരുംരൂപം സങ്കല്പത്തിലേ ഞാൻ കണ്ടിട്ടുള്ളൂ. കൊതിച്ചിട്ടുണ്ട് കാണാൻ ജലത്തിന്റെ ഈ വിശ്വരൂപം. പ്രപഞ്ചം നിറഞ്ഞ ഈ ധ്യാനനിമിഷം സ്വപ്നത്തിലേ കാണാനാവൂ. 'മോബിഡിക്കി'ൽ ഇസഹാക്കിനും തോഷ്ടിഗോയ്ക്കുമൊപ്പവും, 'കിഴവനും കടലുമി'ൽ സാന്ദിയാക്കോവിനോടും വെള്ളത്തിമിംഗലത്തോടുമൊപ്പവും 'ചെമ്മീനി'ലെ പളനിയോടൊപ്പവും ഈ കണ്ട് തീരായ്ക ഞാൻ തുഴഞ്ഞിട്ടുണ്ട്. ചാൾട്ടൺ ഹേസ്റ്റണൊപ്പം, ഗ്രിഗറി പെക്കിനൊപ്പം, ആന്തൊണി ക്വിന്നിനൊപ്പം, റോബർട്ട് ബ്രൗസണൊപ്പം, അതിനും മുമ്പ് കർണ്ണപർവത്തിൽ അരയന്നത്തോടും കാക്കയോടുമൊപ്പം, മത്സ്യകന്യകയോടൊപ്പം, കടലിലെ അബ്ദുള്ളയോടൊപ്പം, അഗസ്ത്യനോടും, കൊല്ലം കടപ്പുറത്തെ മുക്കുവരോടും വരുണനോടും പോസിഡോണിനോടുമൊപ്പം കടലിലലഞ്ഞ് എവിടെയുമെത്താതെ കരയിലേക്ക് തന്നെ ഞാൻ മടങ്ങിയിട്ടുണ്ട്. കടൽ പിന്നെയും പിന്നെയും വിളിച്ചുകൊണ്ടേയിരുന്നു. പളനി, ഗാമ, മഗല്ലൻ, കൊളംബസ് തുടങ്ങി എത്രയോ കടൽപ്പയറ്റുകാരിലേക്കും. മീൻകാരി മറിയയുടെ കൊട്ടയിൽ തിളങ്ങിയ മണത്തിന്റെ ചില്ലയിലേക്കും.

യാത്രക്കാരിലേറെയും ദ്വീപുകാർ. അരി, തുണി, മരുന്ന്, പുസ്തകം, കടലാസ്, പേന, പഠിപ്പ്, ഫാഷൻ, പത്രം, ടി.വി., ഡിവി.ഡി., തടി, കമ്പി, സിമന്റ്, കരിങ്കല്ല്, ശാസ്ത്രം, സാങ്കേതികവിദ്യ, വികസനം, അഴിമതി, നിയമം, എല്ലാറ്റിനും അവർക്ക് കര ശരണം. മലയാളവാക്കിൽ നേർപ്പും കൂർപ്പും വരുത്തി സ്വന്തം മൊഴി മെനയുന്നത് പോലെ എന്നെങ്കിലും അവർ ഈ ശരണക്കെട്ട് പൊട്ടിക്കുമെന്ന് പറയാനാവില്ല. ഡക്കിലിരിക്കുമ്പോൾ അവരിൽ ചിലർ കുശലം ചൊല്ലി. പറഞ്ഞ് പറഞ്ഞ് പൊതുദിശകൾ തെളിഞ്ഞു.

നല്ലവർ. കവരത്തി, കല്പേനി, അഗത്തി, ആന്ത്രോത്ത്, മിനിക്കോയ്, അമിനി, കടമത്ത്, കിൽത്തൻ, ചെത്‌ലത്ത്, ബിത്ര, ബംഗാരം എന്നീ പതിനൊന്ന് ദ്വീപുകളിൽ ആൾപ്പാർപ്പുണ്ട്. ഏത് കപ്പലിലും കാണും ഏതു ദ്വീപിൽ നിന്നു മുള്ളവർ. ആളില്ലാദ്വീപുകൾ പതിമൂന്ന്.

ഏത് ദ്വീപുമനസ്സിലുമുണ്ട് ആൾത്തിരക്കില്ലാത്ത പാതകൾ. ആർത്തിയി ല്ലാത്ത പച്ചപ്പ്. ദ്വീപ് നമുക്ക് തരുന്നത് വിഭവപ്പൊലിമ കേടാക്കാത്ത നന്മയും തനിമയും. അവരെ കേൾക്കുമ്പോൾ ആദിമമായ തെളിമ മുഴങ്ങും പോലെ. ചില കിളികളെ കേൾക്കും പോലെ.. ഇത് നമ്മെ കാല്പനികരാക്കുന്നോ കാല്പനികരല്ലാതാക്കുന്നോ എന്നെനിക്ക് പലപ്പോഴും തിരിയാതായി.

ഡക്കിലെ ചായക്കൗണ്ടർ തുറന്നു. ഏലക്കാച്ചായ. പകലുറക്കം കഴിഞ്ഞ് പലരും വന്നു. ഐവി പ്രാർത്ഥനാനിരതനായി ഒരു കസേരയിലിരിക്കുന്നു.

മിനിക്കോയിയിലേക്കു പോകുന്ന അഷ്റഫ് ചായയുമായി എന്റെ അടുത്തു വന്നിരുന്നു. "മിനിക്കോയി ഇപ്പോൾ ഹിന്ദിയുടെ നാടാണ്. വടക്കേ ഇന്ത്യക്കാരായ അഡ്മിനിസ്ട്രേറ്റർമാർ തന്ത്രപൂർവം ഹിന്ദിയുടെ സാമ്രാജ്യം വിപുലീകരിക്കുകയാണ്. മലയാളത്തെ കൊന്ന് ഹിന്ദിയെ വാഴിക്കാനുള്ള ഉത്തരവ് കവരത്തിയിൽ ഇറങ്ങിക്കഴിഞ്ഞു. മലയാളികളാണെന്നതിൽ അഭി മാനിക്കുന്നവരാണ് ദ്വീപുകാർ. സ്വന്തം ഭാഷയിൽ ജീവിക്കാനുള്ള അവകാശ മാണ് അധികാരികൾ കെടുത്തിക്കളയുന്നത്. നിങ്ങൾക്കെങ്ങനെ സഹായി ക്കാനാവും?" അഷ്റഫ് അസ്വസ്ഥനായി. "കേരളത്തിലെ സർക്കാരിന് ഞങ്ങളെ സഹായിക്കാൻ കഴിയും ചില നീക്കങ്ങൾ വഴി."

കടലിൽ പകൽവെട്ടം പല നീലകൾ കാണിച്ച് മായുന്നു.

തിമിംഗലത്തെ വേണ്ടാ കുറച്ച് സ്രാവുകളെയെങ്കിലും നമുക്ക് കാണിച്ചു തരാമായിരുന്നു കടലിന്. ഇമ്രാനു പരാതി. വെള്ളത്തിനു മീതേ ചെറുദൂരം പറന്ന് കിളിമീനുകൾ മറഞ്ഞു. ചായക്കപ്പുകൾ ചിലർ കടലിലേക്കിട്ടു. കപ്പലിന്റെ വേഗമളക്കാൻ. അവ പെട്ടെന്ന് ദൂരെയായി. കപ്പലിൽ നിന്ന് നാം അസ്തമനം കാണുന്നത് തടയാൻ വരുന്നുണ്ട് ഒരു ബോറൻ മേഘം.

കപ്പലിന്റെ പിന്മുനമ്പിൽ ഇരു കൈകളും വിടർത്തി ആദിത്യൻ ടൈറ്റാ നിക്കിലെ ജാക്ക് നിന്നതുപോലെ നിന്നു. പറവയുടെ സ്റ്റിൽ.

■

ബിർനാംവനം മക്ബെഥിനോട് പറഞ്ഞത്

കടമ്പനാട് ഹൈസ്കൂളിൽ വെച്ചാണ് മക്ബെഥിന്റെ കഥ ഞാനാദ്യം കേൾക്കുന്നത്. ഇടിക്കുളസാർ പറഞ്ഞ്. പുതിയ ഏകാധിപതികളുടെയും ഭീകരവാദത്തിന്റെയും വാർത്തകൾ വരുമ്പോഴൊക്കെ എന്റെ ഓർമ്മയിൽ വരാറുള്ളതേറെയും ചെറിയ ക്ലാസുകളിൽ കേട്ട ചരിത്രപാഠങ്ങളാണ്. അതൊന്നും മറന്നിട്ടില്ല. ചെറിയ ക്ലാസിലെ അധ്യാപകരെയും നല്ല ഓർമ്മ. മറവിക്ക് പേടിയാണ് ബാല്യത്തെ.

ഡങ്കൻ രാജാവിനെ കുത്തിക്കൊന്ന് ചോരയൊലിക്കുന്ന കഠാരയും കൈകളുമായി മുറിക്ക് പുറത്തു വന്ന മക്ബെഥ് വിഭ്രാന്തിയിലായിരുന്നു. സ്വൈരം കടപുഴകി. നിദ്ര മരിച്ചു. കൂടിക്കുരുങ്ങിയ ജീവിതത്തിന്റെ ഇഴകൾ സൗമ്യമായി വേർപെടുത്തി ഉന്മേഷത്തിന്റെ പുലരി തരുന്ന നിദ്ര ഇനിയില്ല. കുറ്റവാളികളെ കഴുവേറ്റുന്ന നേരമറിയിക്കുന്ന മണി മുഴങ്ങുന്നു. കൂമൻ മൂളുന്നു. കൊടുങ്കാറ്റും പേമാരിയും ചീറുന്നു. കതകിൽ മുട്ടുന്ന ശബ്ദം പോലും പേടിപ്പിക്കുന്നു. ജഗദ്രൂപിയായി വളർന്ന ദുർമ്മന്ത്രവാദിനി പോലെ കലമ്പുന്ന കാളരാത്രി.

ഭീരുത്വമില്ലെങ്കിൽ കുറച്ചു വെള്ളം കൊണ്ട് കഴുകിയാൽ പോകുന്നതേയുള്ളൂ കൈയിലെ കൊലച്ചോരയുടെ കറ എന്ന് ലേഡി മക്ബെഥ്. ഈ കനിയൊന്ന് തിന്നു നോക്കൂ എന്ന ഹവ്വയുടെ പ്രലോഭനത്തിന്റെ മോഹാതുര ലാഘവത്തിലായിരുന്നു അപ്പുറത്ത് അധികാരത്തിന്റെ സ്വർഗ്ഗം കാണിച്ച്, ഈ കൊലയൊന്ന് ചെയ്തു നോക്കൂ എന്ന് മക്ബെഥിനെ ലേഡി മക്ബെഥ് പ്രലോഭിപ്പിച്ചത്. അറേബ്യയിലെ മുഴുവൻ സുരഭിലതൈലങ്ങളും സപ്തസാഗരങ്ങളും പോരാ ഇനി ഈ കൈകൾ വിശുദ്ധമാക്കാനെന്ന് മക്ബെഥ്.

സ്വസ്ഥത പ്രതീക്ഷിച്ച ചെയ്തികളിൽ നിന്നെല്ലാം കിട്ടിയത് അസ്വസ്ഥത. ഉയർച്ച മോഹിച്ച് വെച്ച ചുവടുകളെല്ലാം പതിച്ചത് കൊടുംവീഴ്ചയിൽ. ഇത് മക്ബെഥിന്റെ മാത്രം കഥയിലല്ല. ഏത് അധികാരഭ്രാന്തന്റെയും ഏത് ദുരന്തനായകന്റെയും ജീവിതത്തിലും കാണാം, വൈകിയാണെങ്കിലും

അനിവാര്യമായ ഈ പതനം. ഹിംസയുടെ നിഷ്ഫലതയെ, അഥവാ വിപരീത ഫലതയെ, സമർത്ഥിക്കുന്നതിലാണ് ദുരന്തനാടകങ്ങളുടെ സർഗാത്മകത.

കൈയിൽ ചോര പുരളാതെ ഏതുണ്ട് സിംഹാസനം, മതം, പാർട്ടി? ബുഷും ബ്ലെയറും ഹിറ്റ്ലറും സ്റ്റാലിനും സാംസ്കാരിക വിപ്ലവവും അടിയന്തിരാവസ്ഥയും സദ്ദാമും ബിൻ ലാദനും താലിബനും മാത്രമല്ല, അധികാരത്തിന്റെ ചരിത്രത്തിലെ മിക്ക പ്രസിദ്ധാദ്ധ്യായങ്ങളും ചോരയിലെഴുതപ്പെട്ടതാണ്. ഹിംസ വിതച്ച് ലക്ഷം മേനിയായി ഹിംസ കൊയ്തത്.

മക്ബെഥിന്റെ സ്വയം നിർവചനം പശ്ചാത്താപഗ്രസ്തമാണ്. അനശ്വരതയുടെ അഭിനിവേശങ്ങളുള്ള ദുഃഖകോശങ്ങളായി ധാർമ്മികത, അയാളിൽ പിടയുന്നത് ദൂരെ നിന്നേ നാം കാണുന്നു. അവസാനമില്ലാത്ത അലോസരതയാണത്. അവസാനമുണ്ടെങ്കിൽ അത് ആ അസ്തിത്വത്തിന്റെ ദുരവസാനം പോലെ ഭാരിച്ചതാവുന്ന ആത്മാർദ്രതയായി, അലോസരമായി, അയാളിലെരിയുന്നു. കൊലപാതക പരമ്പരയ്ക്കുശേഷവും സ്വയം വിചാരണയ്ക്കു സന്നദ്ധമായി അയാളിലേക്കിരമ്പുന്ന ധർമ്മത്തിന്റെ പുഴ മക്ബെഥിൽ നാം കാണുന്നു. ആർത്ത വിലാപമായി സ്വന്തം സത്തയെ ചുഴിച്ചുറ്റിൽ ബന്ധിക്കുന്ന മനസ്സിന്റെ അടിയൊഴുക്കുകൾ കൂടിയും കാണുന്നു. തന്നെ സഹായിക്കാത്തതും സമയം തെറ്റിയതുമായ കർമ്മവിമർശനമാണ് ആ മക്ബെഥിയൻ സുതാര്യതയിൽ. തന്നോടും താൻ സ്നേഹിക്കുന്നവരോടുമുള്ള കൂറിന്റെ രൂപത്തിൽ ഇത് നാം നേരത്തെ മക്ബെഥിൽ കണ്ടിട്ടുണ്ട്. പാപത്തിന്റെയും പതനത്തിന്റെയും കഥയ്ക്ക് ഇത്ര വ്യക്തതയോടെ വളരാൻ അങ്ങനെയൊരു വന്മരം വേണം. ആ മക്ബെഥിനെപ്പോലെ.

പുതിയ ലോകത്തെ അടിമുടി അടക്കി വാഴുന്ന അക്രമത്തിന്റെയും അധിനിവേശത്തിന്റെയും ഹിംസയുടെയും പുതിയ ചരിത്രം ഇത്തരമൊരു കഥാപാത്രത്തെ കാണിച്ചു തരുന്നില്ല. സ്വന്തം അപരാധങ്ങളും പാപങ്ങളും ന്യായീകരിക്കാത്ത, മക്ബെഥിനെപ്പോലെ തന്നോടെങ്കിലും കുറ്റം സമ്മതിക്കുന്ന, തന്നിൽ അവശേഷിക്കുന്ന ധർമ്മബാക്കിയിൽ വെന്തുരുകുന്ന, ഒരു ദുരന്തനായകനെ.

വിധിക്ക് ഇരയാകാൻ വിസമ്മതിക്കുന്നവരാണ് വിപ്ലവത്തിന്റെ ചരിത്രത്തിലെ വീരനായകർ. സ്പാർട്ടക്കസ്സ് മുതൽ ചെ ഗുവേര വരെ. ഹെമിംഗ്‌വേ പറഞ്ഞതുപോലെ ആ മനുഷ്യരെ തോല്പിക്കാനാവില്ല, കൊല്ലാനേ കഴിയൂ. അവരുടേത് ദുരന്തമല്ല. അഗാധമായി സ്വാംശീകരിക്കപ്പെടുകയാണ്, അവസാനിക്കുന്നേയില്ല വളരുകയാണ്, ചരിത്രത്തിൽ അവരുടെ മൂല്യപാരമ്പര്യം. പീഡിത ലോകത്തിന്റെ സ്വപ്നനിർമ്മാതാക്കളായ അവർ നീതിയിലും ഇച്ഛയിലും സ്വാതന്ത്ര്യത്തിലും വരുത്തിയ കൂട്ടിച്ചേർക്കലുകളാണ് പുതിയ ശാസ്ത്രത്തോടും കലയോടുമൊപ്പം പുതുകാലത്തിന്റെ ആത്മ

വിശ്വാസത്തിന്റെ സൗന്ദര്യങ്ങൾ. ഇന്ന് കണ്ടെത്തുന്നതും വീണ്ടെടുക്കുന്നതും അഹിംസയുടെ പാരമ്പര്യമാണ്; ഹിംസയുടെയല്ല. ബുദ്ധദർശനത്തിന്റെ പാരമ്പര്യത്തെ നവയാന വിവേകമുൾപ്പെടെ സ്വാംശീകരിക്കാതെ ഇന്ത്യയിൽ മതേതരത്വവും പരിസ്ഥിതിവാദവും ബദൽ പാതകളും വേരോട്ടം നേടുമെന്നും തോന്നുന്നില്ല.

ഇന്നല്ലെങ്കിൽ നാളെ അന്ത്യവിധിയുടെയും നീതിനിർവഹണത്തിന്റെയും ബിർനാം വനം ബുഷിന്റെയും ബ്ലെയറിന്റെയും മറ്റ് അധിനിവേശ വീരന്മാരുടെയും ബഹുരാഷ്ട്ര ഭീമന്മാരുടെയും വർഗ്ഗീയ നരഭോജികളുടെയും കൊട്ടാരങ്ങളുടെ കുന്നുകളിലേക്കു നടന്നു കയറും. വനത്തിന്റെ ആ ഗംഭീര പുറപ്പാട് നീതിയുടെ ഒരസാധാരണ പാരിസ്ഥിതിക രൂപകമാണ്. അപ്പോൾ ഒരിക്കലും വരില്ലെന്ന് മക്ബെഥ് കരുതിയ സ്വന്തം അന്ത്യത്തിന്റെ ഹരിത ഗഹനമായ ആ വരവിലും കവിഞ്ഞ് ഉചിതമായ മറ്റൊരന്ത്യമില്ല; കടന്നു മൂടലില്ല; ഒരു അധികാര പാതകിക്കും. അത്തരമൊരു അവസാന സന്ദർഭത്തിൽ, സിംഹാസനത്തിൽ നിന്നുള്ള പതനത്തിന്റെ വിഭ്രാന്തിയിൽ പണ്ട് മക്ബെഥ് തന്റെ മാത്രം കാഴ്ചയിൽ പ്രത്യക്ഷപ്പെട്ട ബാങ്കോയുടെ പ്രേതത്തോട് പുലമ്പിയതല്ലാതെ ഒന്നുമുണ്ടാവില്ലവർക്ക് പറയാൻ. നിലവിളി പോലെ, ഇങ്ങനെ: ഞാനാണത് ചെയ്തതെന്ന് നിനക്കു പറയാൻ സാധ്യമല്ല. കുലുക്കരുതേ എന്റെ നേരേ ഒരിക്കലും; രക്തം പുരണ്ട നിന്റെ മുടി.

■

സ്വകാര്യ ഇടങ്ങൾ

കഡുഗണ്ണാവയിൽ ഡൗസൻ സായ്‌വിന്റെ സ്തൂപവും കടന്ന് കാൻഡിയിലേക്കു പോകുമ്പോൾ വഴിവക്കിൽ ഉയരം കുറഞ്ഞ ചെറിയൊരു മതിൽക്കെട്ട്. അതിനുള്ളിൽ ഒരു വലിയ ബോധി. മതിലകത്ത് വിരിച്ച മണൽ. അതിലെമ്പാടും വീണു കിടക്കുന്ന ബോധിയിലകൾ. വൃദ്ധനായ ബുദ്ധഭിക്ഷു ഒരു നീണ്ട ചൂലുമായി വരും. ബോധിച്ചുവട് വൃത്തിയാക്കാൻ ശ്രമിക്കും. സന്ധ്യക്ക് ഇതൊരു പതിവ് കാഴ്ച. ചൂല് ചെല്ലുമ്പോൾ ഇല മണ്ണിൽ മുറുകും. നീങ്ങില്ല. ഇല മണ്ണിനെ കെട്ടിപ്പിടിച്ച് കിടക്കും. ഇത്ര മുറുകിയതായിരുന്നില്ല പണ്ട് സന്ന്യസിക്കാനിറങ്ങിയപ്പോൾ പരിത്യജിക്കേണ്ടിവന്ന സർവസംഗം, എന്ന മട്ടിൽ നിലത്തൂന്നിയ നെടുഞ്ചൂലും വിയർത്ത നെറ്റിയുമായി ഭിക്ഷു നിവർന്ന് നിൽക്കും. പെരുവഴിയേ പായുന്ന ജീവിതത്തെ അനുതാപത്തോടെ നോക്കി.

ചെറുപ്പത്തിൽ സുന്ദരനായിരുന്നതിന്റെ ഈണങ്ങൾ ഈ ഉപഗുപ്തനിൽ വയസ്സായിട്ടും കാണുന്ന കായകാന്തിയിൽ ആരും ശ്രദ്ധിച്ചു പോകും. പ്ലാശിൻ മൊട്ടുപോലത്തെ ആ ചുണ്ടുകൾക്ക് അപൂർവ വശ്യത. അണുമാത്രമായ ഒരു പ്രേമത്തരി ആ ചുണ്ടിൽ തങ്ങി നിൽക്കുന്ന പോലെ. അതിൽ മമത ദ്യുതി അസ്തമിച്ചിട്ടില്ലാത്ത ചിരി പോലൊരു മൗനക്കയം. ചുംബിച്ചിട്ടുണ്ടാവുമോ അതെന്നെങ്കിലും? പാടിയിട്ടുണ്ടാവുമോ? ശകാരിച്ചിട്ടുണ്ടാവുമോ? ആ ചുണ്ടിൽ സങ്കടം പിടഞ്ഞിട്ടുണ്ടാവുമോ?

കണ്ട് കണ്ട് ഞങ്ങൾ ഒരു ചെറു പുഞ്ചിരിയുടെ മൈത്രിയിലായി. കൊഴിഞ്ഞ ഇലകളുടെ കടലിൽ ചൂല് തുഴയാക്കി നില്ക്കുന്ന ഭിക്ഷുവിന്റെ ആ നില്പ് ഞാൻ കഡുഗണ്ണാവ വിട്ട് പോരും വരെ എന്നും കണ്ടു.

കടന്നുചെന്ന് ബോധിച്ചുവട് വൃത്തിയാക്കാൻ ഭിക്ഷുവിനെ സഹായിച്ചാലോ എന്ന് ഒരു നാൾ ഒരു ചങ്ങാതി ആരാഞ്ഞു. ഞങ്ങളോടൊപ്പമുണ്ടായിരുന്ന റഫീക്ക് വിലക്കി. കാൻഡിയിൽ ഐറ്റി എഞ്ചിനീയറാണ് റഫീക്ക്. ഭിക്ഷുവും റഫീക്കും അടുപ്പത്തിലാണ്. അല്പം ചിലത് ചിലപ്പോൾ ഭിക്ഷു പറഞ്ഞാലായി. സിംഹളത്തിൽ. റഫീക്ക് അതെനിക്കു മലയാളത്തിൽ പകരും.

ഇടപെടേണ്ട. റഫീക്ക് പറഞ്ഞു. ആ അരമതിലകം അയാളുടെ ഒരു ബ്ലോഗ് ആണെന്ന് കരുതിയാൽ മതി. തീർപ്പുകളേക്കാൾ തോന്നലുകൾ,

വെളിവുകളേക്കാൾ സന്ദേഹങ്ങൾ, മന്ത്രങ്ങളേക്കാൾ മൗനം, വിഹരിക്കുന്ന സ്വകാര്യമായ ഒരിടം. ക്ഷമയുടെ യൂണിക്കോഡ് ലിപി വേണം അതു വായിക്കാൻ. പൊതുലിപിയുണ്ടായാൽ ബ്ലോഗുകളുടെ പ്രാപ്യത വർദ്ധിക്കും. നെറ്റിലെ ഭാഷ വളരും. ഉള്ളിലെ മഹാബോധിയിൽ നിന്ന് കൊഴിഞ്ഞവയല്ല ആ ബ്ലോഗിൽ ചിതറിക്കിടക്കുന്നതെന്നാരു കണ്ടു? ഞാനതിൽ അയാളെ വായിക്കുകയാണ് പതിവ്. ആ കൊഴിയലുകളെ ആവിഷ്കാരങ്ങളായിക്കണ്ട്. സന്ന്യാസിയെന്നതിനേക്കാൾ പ്രവാസിയാണയാൾ. നാടും പ്രണയവും ലൗകികതയും കൈവിട്ട് സന്ന്യാസം എന്ന പ്രവാസിതയിൽ വന്നെത്തിയ ആൾ. വിട്ടു പോന്നിട്ട് കാലദേശങ്ങൾ പലതായി. കൊഴിയാനല്ലാതെ പൂത്തുലയാൻ ഇനി ഏറെയൊന്നുമില്ലല്ലോ നേരം ബാക്കി. ചിതറിയ പ്രമേയങ്ങളുടെ ആ ബ്ലോഗ് തന്നെയാണ് ഞങ്ങൾക്ക് സ്വച്ഛന്ദമായ ഒരു പൊതു വിനിമയപ്പാത തുറന്ന് തരുന്നതും.

വയലും, വഴിയുടെ ഇരുവശവുമായി അകന്നു നില്ക്കുന്ന പാറപ്പർവതങ്ങളും കാണാവുന്ന കുന്നിൻചരിവിലേക്ക് ഞങ്ങൾ ചിലപ്പോൾ സന്ധ്യ കഴിഞ്ഞ് നടക്കാറുണ്ട്. കുന്നിന്റെ തുടക്കത്തിൽ കരിമ്പാറ തുരന്നുണ്ടാക്കിയ കൂറ്റൻ കമാനമാണ് കഢുഗണ്ണാവയിലേക്കുള്ള കവാടം. ഒരു നിലാവിൽ ആ കൽക്കമാനത്തിന്റെ കീഴിലെത്തിയപ്പോൾ ഭിക്ഷു വിവശനായി. അന്തർന്നിരോധങ്ങൾ പിഞ്ഞിപ്പോയി. വൈവശ്യത്തോടെ പറഞ്ഞു തുടങ്ങി.

"ഇതാണ് ആ സ്ഥലം. ഞാനവളെ വരിച്ചത് ഈ കൽക്കമാനത്തെ സാക്ഷിയാക്കിയാണ്. കല്ലുവാതിൽ പോലെ പിന്നെ അവൾ എന്റെ മുന്നിൽ എന്നേക്കുമായി അടയും വരെ എന്നും ഞങ്ങളുടെ വർത്തമാനത്തിൽ മഴവില്ലായിത്തെളിയാറുണ്ട് ഈ കമാനം. ഒരിക്കൽ ഞാൻ പറഞ്ഞു, ഭൂതകാലം കാണാൻ കഴിയുന്ന ഒരിടം ഈ പാറപ്പർവതത്തിന്റെ നെറുകയിലുണ്ട്. അവൾക്ക് നിർബന്ധമായി കാണാൻ. ഞങ്ങൾ പാറകൾ ചവിട്ടിക്കയറി. പാറകളുടെ പല ജന്മങ്ങൾ." "ഇതിലൊന്ന് ശപിക്കപ്പെട്ട ഏതെങ്കിലും ആശ്രമകാമിനിയാവുമോ? നാം ചവിട്ടുമ്പോൾ ഒരു കല്ലിൽ നിന്ന് ഒരുവൾ പെട്ടെന്നുണർന്ന് വന്നാലോ? ഒരഹല്യ?" "ഏതെങ്കിലുമൊരു പാറക്കെട്ടിൽ നിന്ന് ചരിത്രത്തിലേക്കു പിടഞ്ഞെണീക്കുകയാണ് ഓരോ പെണ്ണും." ഞാൻ പറഞ്ഞു. അവൾ മറ്റൊരു ചോദ്യം ചോദിച്ചു. "ആണ് പെണ്ണിനെ ചുംബിക്കുമ്പോൾ ചുംബിച്ചെടുക്കുന്നതെന്താണ്? പ്രേമമോ? ചുണ്ടുകളുടെ തുടുപ്പോ? കവിളിന്റെ മൃദുലതയോ? ചിരിയുടെ വെളിച്ചമോ? കണ്ണുകളിലെ കിനാവോ? ആത്മാവിലെ നിലാവോ? എയിഡ്സോ? മരണമോ? ഒരു ചുംബനം എന്താണ് നേടുന്നത്? ചുംബിക്കുന്നത് ഒരഴകിനെയോ ആർദ്രതയെയോ? ചുംബനത്തിൽ നീ നിന്റെ ഏകാകിതയെ ദഹിപ്പിച്ചു കളയുകയാണോ? സഖ്യത്തിന്റെ തീവ്രാനന്ദം ആരായുകയാണോ? തന്നിലില്ലാത്ത എന്താണ് പെണ്ണിൽ നിന്നെടുത്ത് ആണ് തന്റെ ജന്മത്തെ പൂരിപ്പിക്കുന്നത്? ഒരു പെൺചുംബനം കൊണ്ട് അനശ്വരമാകും ആൺജന്മമെന്ന് ശരിക്കും

വിശ്വസിച്ചിട്ടുണ്ടാവുമോ മാർലോ? make me immortal with a kiss എന്നെഴുതിയപ്പോൾ?

പൊരുളറിയാതെ ഒരനുഭവം എന്നെച്ചൂഴുമ്പോൾ എനിക്കു തല വട്ടം ചുറ്റുന്നതു പോലെ. എന്നെ വായിക്കാൻ, എന്റെ സങ്കീർണ്ണതകളെ ഡികോഡ് ചെയ്യാൻ, കഴിയുന്ന ഒരു ലിപിവ്യവസ്ഥയാണ് നിന്റെ പ്രേമമെങ്കിൽ എനിക്കെന്റെ അർത്ഥമറിയാനാവും."

"എന്റെ ഉത്തരം പിറക്കും മുമ്പേ പാതാളത്തിലെ പാറത്തൊട്ടിലിലേക്ക് കൊടുമുടിയിൽ നിന്ന് അവൾ വീണുപോയി. സാധാരണക്കാരന്റെ പ്രേമത്തിൽ നിന്ന് ബുദ്ധന്റെ പ്രേമത്തിലേക്കു വിപുലപ്പെടാൻ എന്നെപ്പോലെ ഒരാത്മാവ് ഇത്ര കടുത്ത ഒരു പരിത്യാഗ പാഠം പഠിച്ചേ മതിയാകൂ എന്നുണ്ടോ? വേണ്ട; എത്രയെത്ര പ്രശ്നനരകങ്ങളുള്ള ഇന്നത്തെ ലോകത്ത് ഞാനിങ്ങനെ എന്നിൽ തളം കെട്ടി നിന്നത് തെറ്റായോ?"

അങ്ങനെ ഇല പെയ്യുന്ന ഈ ബോധിച്ചുവട്ടിലെത്തി, ഭിക്ഷു. കരുണയുടെ കാല്പനികതയിൽ ശാന്തനായി. റഫീക്ക് പറഞ്ഞു. ■

പണ്ട് പണ്ട് ഒരു മതിൽ

നല്ല മതിൽ നല്ല അയൽ തരുന്നു എന്ന് കാണിച്ചു കവി റോബർട്ട് ഫ്രോസ്റ്റ്. മതിൽ നിർമ്മിക്കുന്നവരെയും വെറുക്കുന്നവരെയും തകർക്കുന്നവരെയും ഫ്രോസ്റ്റിനറിയാമായിരുന്നു. ബഷീറിനും കാഫ്കയ്ക്കും എല്ലാ നല്ല എഴുത്തുകാർക്കും അതറിയാം. അകത്തിരിക്കുന്ന ആളിനു വശ്യത കൂട്ടുന്ന ചെറുമതിലാണ് ആശാൻ വാസവദത്തയുടെ പൂന്തോട്ടത്തിനു കണ്ടത്. നല്ല മതിൽ നല്ല പ്രണയം തരുന്നു എന്ന് ബഷീറും, വൻമതിലിന്റെ പണി ധാരാളം കെട്ടുകഥകൾക്ക് ജന്മം നല്കുമെന്ന് കാഫ്കയും കണ്ടു. മതിലുകളുടെ ചരിത്രം നാഗരികതയുടെ ചരിത്രമാണ്. ഹാരപ്പ, മോഹൻ ജോ ദാരോ, ഏഥെൻസ്, റോം, മെസൊപ്പൊട്ടേമിയ, ബാബിലോൺ, മാച്ചുപിച്ചു, ബീജിംഗ് മുതലായ പ്രായം കൂടിയ നാഗരികതകളെല്ലാം മതിൽനിബിഡമായിരുന്നു. തന്ത്രഭദ്രതയുള്ള കോട്ടകൾക്കും ഭംഗിയുള്ള മതിലുകൾക്കുമായി ധനം ചെലവഴിക്കുന്നതിൽ ഇന്ത്യയിലേയും ചൈനയിലേയും പഴയ രാജാക്കന്മാർ അഭിമാനിച്ചു. രാജ പരമ്പരകളുടെ അഭിമാനം കൊണ്ട് ദുർഗ്ഗങ്ങൾക്ക് നീളവും ഉയരവും കൂടിയ കഥകൾ ഗ്വാളിയർ കോട്ടയെപ്പറ്റി മാത്രമല്ല.

ചില പരമ്പരാഗത മതിലുകൾ ജനങ്ങൾ ആഘോഷപൂർവം പൊളിച്ചുമാറ്റി. നവോത്ഥാനം, സ്വാതന്ത്ര്യസമരം, സാമൂഹ്യ പരിഷ്കരണം, നീതി, സമത്വം തുടങ്ങിയ വിസ്തൃതികൾ സ്വപ്നം കണ്ട്. പക്ഷേ, പലയിടത്തും ഉയരം കൂടിയ പുതിയ മതിലുകൾ പകരം വന്നു. രാജകീയതയുടെ അനീതി പ്രൗഢികളും ക്രൂരഭാവുകത്വവും ഒളിവുകളും ജനകീയതയിൽ ഉയിർത്തെഴുന്നേറ്റ് തഴയ്ക്കാൻ മതിലുകൾ അമ്മച്ചിപ്ലാവുകളായി പടരണമായിരുന്നു.

മതിലുകൾ മാഞ്ഞത് പ്രണയത്തിൽ മാത്രം. ഏത് പ്രേമഗീതത്തിലും കേൾക്കാം ഏതൊക്കെയോ മതിൽക്കെട്ടുകളിൽ നിന്നുള്ള മോചനത്തിന്റെ ചിറകടികൾ.

ജനങ്ങൾ മതിൽ വിശ്വാസികളല്ലാതിരുന്ന പ്രാകൃത കാലത്തിന്റെ കഥകളിലാണ് മതിൽ വിശ്വാസികളായ ആധുനികതയുടെ ചരിത്രങ്ങളിലേക്കാൾ ഇരുട്ട് കുറവ്. സുരക്ഷ, സ്വത്വം, സ്വാതന്ത്ര്യം, സ്വാസ്ഥ്യം, സ്വകാര്യത, അന്തസ്സ് തുടങ്ങി മതിലുകളെക്കൊണ്ടുള്ള പ്രയോജനങ്ങൾ സംസ്കാര ചരിത്രത്തിൽ

എന്നും കൂടിക്കൂടിയേ വന്നിട്ടുള്ളൂ. മതിലർത്ഥങ്ങൾ നിഘണ്ടുക്കൾ കവിഞ്ഞു. സങ്കീർണ്ണമായി. ദുർഗ്രഹമായി. ഏതു വാക്കിലുമുറങ്ങുന്നുണ്ട് എന്നെങ്കിലുമൊരിക്കൽ ഒരു മതിൽത്തുണ്ടെങ്കിലുമാവാനുള്ള സ്വപ്നം. ഒരാൾക്കെങ്കിലും ഒരു ദിവസത്തേക്കെങ്കിലും ലോക്കപ്പാവാൻ ആഗ്രഹിക്കുന്നുണ്ട് ഓരോ മുറിയും. ആജ്ഞയായി പത്തി വിടർത്തണമെന്നാണ് മൗനത്തിന്റെ മോഹം. ചങ്ങാതിയുടെ എവറസ്റ്റിൽ നാട്ടാൻ സ്വന്തം കൊടി കരുതുന്നുണ്ട് ചങ്ങാത്തത്തിന്റെ അർത്ഥം. വിപണികളും ഏജൻസികളും രാവണൻ കോട്ടകളും അണക്കെട്ടുകളും സേനകളും പ്രതിരോധത്തിന്റെ പുതിയ യുദ്ധശാസ്ത്രവും പ്രലോഭനത്തിന്റെ ഉദ്യാനങ്ങളുമായി മതിലുകളുടെ വംശപരിണാമം പണ്ടേക്കാൾ നിഗൂഢ പ്രവാഹങ്ങളുള്ളതായി. ശ്രീരാമന്റെ കാലത്തെ ഒരു കഷണം മൺമതിലിന് തീർത്ഥാടനത്തിന്റെ പുണ്യാർത്ഥവും ടൂറിസത്തിന്റെ വിനോദാർത്ഥവും ഒന്നിച്ചു കിട്ടാവുന്ന തരത്തിൽ മതിലുകളുടെ അർത്ഥശാസ്ത്രം പുതുങ്ങി. പറന്നു നടന്നിരുന്ന പല വാക്കുകളും അടഞ്ഞ അനുഷ്ഠാനങ്ങളിലേക്ക് ഒതുങ്ങി. തുറന്ന പല വാക്കുകളും മതിലുകളായി മതം മാറി മനം മങ്ങി; പുതിയ വിലക്കുകളും വിലങ്ങുകളുമായി ഞെളിഞ്ഞ് നിന്ന് വലിപ്പം ഭാവിച്ചു.

അധീശത്വത്തിന്റെ കഴു കിളിമൊഴികൾക്കു മേൽ സദാ വട്ടം കറങ്ങി. ചരിത്രത്തിന്റെ ചുവരെഴുത്ത് എന്നത് കാലത്തിന്റെ ബ്ലോഗെഴുത്തെന്നായി. ആധുനികോത്തരതയുടെ വ്യാപ്തി തന്നെ വ്യക്തിഗത മതിലകങ്ങളുടെ പെരുക്കമായി. വ്യക്തിധാതുക്കളായി സംഘടനാസംയുക്തങ്ങൾ ചിതറി. സ്വാസ്ഥ്യവും വീർപ്പുമുട്ടലും ഇങ്ങനെ നേർക്കുനേർ നിന്ന് പാടുകയും പോരാടുകയും ചിതറുകയും ചെയ്യുന്ന അസ്തിത്വ സ്ഥലങ്ങളാണ് ചരിത്രത്തിലെ പുതിയ പ്രളയം. നമ്മെ അത് പിടിച്ചാഴ്ത്തുമ്പോഴും നാം അറിയാത്ത പെരുക്കം.

ഏറ്റവും പ്രായം കുറഞ്ഞ മതിലുകൾ അമേരിക്കൻ ജയിലുകൾക്കും ബെർലിനും ഗാസയ്ക്കും പുതിയ ജനനേതാക്കൾക്കും വർഗ്ഗീയ-ഭീകരാചാര്യന്മാർക്കും പുതിയ അധികാര കേന്ദ്രങ്ങൾക്കും ആണവനിലയങ്ങൾക്കും ആൾദൈവകേന്ദ്രങ്ങൾക്കും ചുറ്റുമാണ്. കല്ലും കട്ടയും കമ്പിയും കൊണ്ടെന്നതിനേക്കാൾ അധികാരം, കരിനിയമം, കടിക്കും പട്ടി, പരക്കും രോഗം, പ്രസരിക്കും വിഷം, ജാതിമത കക്ഷി സ്പർദ്ധ, ഗ്രൂപ്പിസം, പരസ്യമായ, ബ്രാൻഡ് വിധേയത്വം, അഭിരുചിക്കെട്ട്, സെഡ് കാറ്റഗറി സംരക്ഷണം തുടങ്ങിയവ കൊണ്ടുള്ള ആധുനികോത്തര മതിലുകൾ ഏറെയും മൊബൈൽ മതിലുകളാകയാൽ വൈവിധ്യവും സൗകര്യവും എപ്പോഴും വർദ്ധിച്ചുകൊണ്ടിരിക്കും.

വീടുകൾക്കിടയിലായിരുന്നു ചൈനയിലും മതിലുകൾ ആദ്യം ഉയർന്നത്. വിഭവങ്ങൾക്കും വിശ്വാസങ്ങൾക്കും ദേശങ്ങൾക്കും ചുറ്റും കാവൽ ഡ്രാഗണുകളായി പിന്നെ അത് പടർന്നു. വിദേശികളുടെ ആക്രമണം, കൊള്ള,

കൊല, ഭീഷണികളിൽ നിന്ന് രക്ഷപ്പെടാൻ ബി.സി. ഏഴാം നൂറ്റാണ്ടിൽ തന്നെ കോട്ട കെട്ടി അകത്ത് കഴിയുന്ന രീതി ചി, ചൂ, രാജധാനികളിലുണ്ടായിരുന്നു. നാടിനു ചുറ്റും കൊടുംമതിൽ കണ്ട് പേടിച്ചു പോയ നാട്ടുകാരെപ്പറ്റി ചൈനീസ് കഥകളുമുണ്ട്. ചി, ചു, യാൻ, ഹാൻ, ഷാവോ, വെയ് രാജവംശങ്ങളെ തോല്പിച്ച് ചൈനയെ ഒരൊറ്റ സാമ്രാജ്യമായി ഏകീകരിച്ച് ചൈനയുടെ ആദ്യ ചക്രവർത്തിയായ ചിങ്ങ് ഷിഹ്വാങ്ങ് വീറുറ്റ മംഗോളിയൻ ചെറുകുതിരകളുടെ തെക്കോട്ടുള്ള കുതിപ്പ് തടയാൻ അന്നോളം പലയിടങ്ങളിലായി നിർമ്മിക്കപ്പെട്ട മതിൽ ഭാഗങ്ങളെ ഒന്നിപ്പിച്ചത് ചൈനയുടെ വടക്ക് കിഴക്ക് മുതൽ വടക്ക് പടിഞ്ഞാറ് വരെ നീളുന്ന ഒരു വൻമതിൽ എന്ന ആശയത്തിനു തുടക്കമിട്ടു. പിന്നെ ചൈനയുടെ ചരിത്രത്തിലെ പല നൂറ്റാണ്ടുകൾ, പല പർവ്വത നട്ടെല്ലുകൾ, പല കാടുകൾ, പല മരുഭൂമികൾ, ഇരുപതിലേറെ രാജധാനികൾ, പല രാജവംശങ്ങൾ, പല വാസ്തുവിദ്യാരീതികൾ, പല പല ബലികൾ; ചന്ദ്രനിൽ നിന്നു പോലും കാണായ വൻമതിൽ എന്ന മനുഷ്യനിർമ്മിതമായ മഹാത്ഭുതം സാധ്യമാവാൻ. വിദേശികളുടെ ടൂറിസ്റ്റുകളെ ആകർഷിക്കുന്ന വിസ്മയ വിഭവം. ഒരേ വൻമതിൽ: ഒരിക്കൽ ആരും വരാതിരിക്കാൻ; ടൂറിസത്തിന്റെ ഇക്കാലത്ത് ലോകത്തെ ചൈനയിലേക്ക് വരുത്താൻ.

1997-ൽ ബീജിംഗിൽ നിന്ന് വൻമതിൽസിറ്റി(Geat Wall City)യിലിറങ്ങി റോപ് കാറിൽ ബാദ്‌ലിംഗ് മലമുകളിലെ വൻമതിലിന്റെ പാദത്തിൽ ഞങ്ങളെത്തുമ്പോൾ പെരുമഴ നനയുകയാണ് പുരാതന മഹാഭീമൻ. പല ലക്ഷം മഴ നനഞ്ഞ ചാര നിറമുള്ള കാരണവർ. മുൾമരങ്ങളുടെ ഒരു കടൽ കരടിക്കൂട്ടങ്ങളെപ്പോലെ ആ പഴയ ഉടലിൽ ഉരസി ഇരമ്പുന്നു.

പല ദേശക്കാരായ ആയിരങ്ങളിൽ നിന്നൊഴിഞ്ഞു ഞാനും എം. മുകുന്ദനും മതിലിനു മീതേ മഴയും പഴമയും പെരുമയും രസിച്ച് നടക്കുമ്പോൾ മഴയിൽ ഒരു മനോഹരദൃശ്യം: ആലിംഗനബദ്ധരായി നില്ക്കുന്ന ഒരു പ്രണയ ജോഡി. ഏതോ രാജ്യത്തു നിന്നും വന്നവർ. എല്ലാ മതിലുകൾക്കുമപ്പുറമെത്തിയവർ.

■

എത്ര ക്രിസ്ത്യാനികൾ ബൈബിൾ വായിച്ചിട്ടുണ്ട്?

സ്റ്റാലിൻ മൂലധനം വായിച്ചിട്ടില്ല. ലെനിനെ 'വികസിപ്പിച്ചു' എന്ന് പറയപ്പെടുന്ന ആ 'പ്രായോഗികതയുടെ ആത്മാവി'ന് ലെനിന്റെ അറിവോ ആഴമോ ഇല്ലായിരുന്നു. തത്ത്വചിന്തയോട് വിമുഖനായിരുന്നു. ഹെഗലിന് 'ദിവംഗതനായ ഒരു നായ' എന്നതിൽക്കവിഞ്ഞ ഒരു മഹിമ സ്റ്റാലിൻ കണ്ടിരുന്നില്ല. സ്റ്റാലിനിസ്റ്റുകളെ ശുണ്ഠി പിടിപ്പിക്കുന്ന ഇതും ഇതിലേറെയും സാക്ഷ്യപ്പെടുത്തുന്നത് മിലോവൻ ജിലോസ്. 'ന്യൂക്ലാസ്' എന്ന കൃതിയിൽ.

സത്യസന്ധനായ മുഹമ്മദ് റോഷൻ മാഷ് ഇത് കേട്ടതും മങ്ങി. ഞങ്ങളിരുന്ന കായലോരത്തെ കാറ്റിൽ അദ്ദേഹത്തിന്റെ മേൽ വന്നു വീണ വാടിയ കണിക്കൊന്നപ്പൂക്കൾ തട്ടി മാറ്റാതെ പറഞ്ഞു: മാഷേ, രണ്ടാഴ്ചയേയുള്ളൂ ഞാനിനി കോളേജിൽ. ക്ലാസ്സുകൾ കഴിഞ്ഞു. കുട്ടികൾ പഠിപ്പൊഴിവിന് പോയി. ഇനി ഞാനൊരു ക്ലാസ്സിൽ അവരെ കാണുന്നുണ്ടാവില്ല. മുപ്പത്തിമൂന്ന് കൊല്ലമായി എന്റെ ജീവിതം കുട്ടികളുടെ മുന്നിലാണ്. നോവലും കവിതയും കഥയുമൊക്കെ പഠിപ്പിച്ച്. ഞാനവരോട് നീതി ചെയ്തെന്ന സമാധാനത്തോടെയല്ല ഞാൻ പോകുന്നത്. അവരെ സ്നേഹിച്ചു; പഠിപ്പിച്ചു എന്നു പറയാമോ? ആ സ്നേഹിക്കൽ പോലും അവരോട് നീതി ചെയ്യാത്തതിന്റെ ഒരു പകരം വയ്പല്ലേ എന്ന് ചില രാത്രികളിൽ ഞാൻ വൈവശ്യപ്പെടാറുണ്ട്. മാഷുക്കറിയുമോ ഞാൻ ക്ലാസ്സിക്കുകൾ വായിച്ചിട്ടില്ല. സി.വി. രാമൻപിള്ളയുടെ ഒരു നോവലും ഞാൻ വായിച്ചിട്ടില്ല. ഇന്ദുലേഖയും സുന്ദരികളും സുന്ദരന്മാരും ആൾക്കൂട്ടവും രണ്ടാമൂഴവും വായിച്ചിട്ടില്ല. പല നല്ല കവിതകളുമെനിക്കനുഭവമല്ല; കഥകളും. വളരെക്കുറച്ച്, മാഷ് വിശ്വസിക്കാത്തത്ര കുറവ്, എന്റെ വായന. ഖുർ ആനും വേണ്ടപോലെ ഞാനറിഞ്ഞിട്ടില്ല. അതിന്റെ സാഹിത്യഭംഗിയെപ്പറ്റി പറയാൻ കുട്ടികൾ ആവശ്യപ്പെട്ടപ്പോൾ ഞാൻ വാഗ്ധാര ചൊരിഞ്ഞത് പറഞ്ഞത് സത്യത്തിൽ ഖുർ ആന്റെ സത്തയിൽ തൊടാനാവാത്തതിന്റെ വിങ്ങൽ നെഞ്ഞിൽ പിടയുന്നതറിഞ്ഞുകൊണ്ടാണ്. മൂലധനം വായിക്കാതെ സ്റ്റാലിൻ മാർക്സിസ്റ്റ്-

ലെനിനിസ്റ്റ് ആയത് പോലെയാണ് ഞാൻ ഇസ്ലാമും കവിയും മാഷുമൊക്കെയായത്. ഒട്ടും അധികാരികമായിരുന്നില്ല മാഷേ എന്റെ ഒരു വാക്കും. ഇതെന്റെ ഒരു ആസന്ന പെൻഷൻ മൂല്യവിലാപമായി കണ്ടാലും വേണ്ടില്ല. സത്യം ഇതാണ്. റോഷൻ മാഷുടെ ഏറ്റുപറച്ചിൽ എന്നെ സ്പർശിച്ചു. അസ്വസ്ഥനാക്കി. എന്റെ പുസ്തകമുറിയിൽ ഞാൻ വാങ്ങിക്കൂട്ടിയിട്ടുള്ളതും വായിച്ചിട്ടില്ലാത്തതുമായ പുസ്തകങ്ങളുടെ കൂട്ടനോട്ടം എന്റെ നേർക്ക് കൂർത്തു. ഞാൻ ചോദിച്ചു: ആരുടെ ജീവിതവും കർമ്മവുമാ റോഷൻ മാഷേ ഇക്കാലത്ത് ആധികാരികം? ഒരൊഴിവ്, ഒരു കുറവ്, ഒരു വൈകല്യം, ഓരോ മനസ്സിലും കാണാം. മനസ്സ് പ്രതിഷേധം കൊണ്ട് നിത്യവിക്ഷുബ്ധമായ ലക്ഷ്മിനാരായണൻ മാഷുടെ വിപ്ലവം സ്റ്റാഫ് റൂമിൽ തീരും. പുറത്ത് മൂകൻ, ഭൂരു. കാഡ്വല്ലിന്റെ ഭൗതികത്തിലെ പ്രതിസന്ധിയും, 'ഫെയിൻമാൻ പ്രഭാഷണങ്ങളും', ആവർത്തിച്ചുദ്ധരിക്കുന്ന ട്രീസടീച്ചർ വെളിവാക്കുന്ന ഭൗതികതയെന്തെന്ന് നമുക്കറിയാം. ഒരു നല്ല ഫിസിക്സ് ടീച്ചർക്കേ ഒരു നല്ല ദാർശനികയാവാൻ കഴിയൂ എന്നാവാറില്ലേ അത്? ഭൗതിക നിയമങ്ങൾ മാറാതിരിക്കുന്നില്ല എന്ന വസ്തുത ആദ്യം കണ്ടുപിടിച്ചത് ഗലീലിയോ ആണ്. പദാർത്ഥങ്ങളുടെ ദാർഢ്യം അവയുടെ വലിപ്പത്തിന് കൃത്യമായും ആനുപാതികമല്ലെന്ന് ഗലീലിയോ ഗ്രഹിച്ചിരുന്നു. ടീച്ചർക്കതറിയാം. പക്ഷേ ഗലീലിയോയും സഭയും തമ്മിലെന്ത് എന്നോ, ബ്രെഹ്റ്റിന്റെ ഗലീലിയോ നാടകത്തിലെന്താണുള്ളതെന്നോ ഒരു ചോദ്യത്തിന്റെ കാറ്റ് മാറി വീശിയാൽ ഉത്തരം വിശദ പ്രവാഹമാകുന്നത് കാഡ്വല്ലിന്റെ വിവർത്തകനായ ഡോ. ഗോപിനാഥനിലാണ്. ഭൗതികവസ്തുവിന്റെ ഉണ്മയെക്കുറിച്ചോ അനുഭവസത്യത്തെക്കുറിച്ചോ കാൾപോപ്പറിനെക്കുറിച്ചോ ഐൻസ്റ്റീനെക്കുറിച്ചോ ബൈബിളിനെക്കുറിച്ചോ സംസാരം വന്നാലും സംഗതി ഇങ്ങനെ തന്നെ.

എത്ര സുന്ദരമായ എത്രയെത്ര മൗനങ്ങളിന്മേലാണ് നമ്മുടെ ജ്ഞാനസിംഫണി വിന്യസിക്കപ്പെട്ടിരിക്കുന്നതെന്ന് കാണാൻ രസമുണ്ട്.

എല്ലാവരും എല്ലാം വായിക്കണമെന്ന് പറയാം. പറ്റുമോ? എത്ര കമ്യൂണിസ്റ്റുകാർക്കറിയാം മാർക്സിസം? എത്ര കോൺഗ്രസ്സുകാർക്ക് ഗാന്ധിസം? അതുകൊണ്ടാണ് നാം മൂലധനം ഏംഗത്സും ലെനിനും അൽത്തൂസറും, ബുദ്ധസാഹിതി അംബേദ്കറും ഓഷോയും, ഗീതയും ഉപനിഷത്തുകളും ശങ്കരനും ചിന്മയാനന്ദനും കൊസാംബിയും അഴീക്കോട് മാഷും, തിരുമന്തിരവും ചിത്തിർജ്ഞാനക്കോവൈയും ശ്രീനാരായണഗുരുവും, ഭാഗവതം ആഞ്ഞവും, രാമായണം പ്രൊഫസർ കെ.രാമചന്ദ്രൻ നായരും, ഭാരതം കാളിദാസനും കുഞ്ഞിക്കുട്ടൻ തമ്പുരാനും രാജാജിയും സി.വി.കുഞ്ഞിരാമനും പി.കെ. ബാലകൃഷ്ണനും തുറവൂർ വിശ്വംഭരനും പാലൂരും, ഖുർ ആൻ ബഷീറും സയ്യിദ് കുത്തുബും, ബൈബിൾ ദസ്തയോവ്സ്കിയും ബിഷപ്പ് ടുട്ടുവും ഫാദർ കാമിലോയും ബിഷപ്പ് ആലപ്പാട്ടും എസ്.കാപ്പനും

പുലിക്കുന്നേലും, ഫ്രോയ്ഡ് ലകാനും എം.എൻ.വിജയനും, സാർത്ര് കളർകോട് വാസുദേവൻ നായരും, ഗാന്ധി എസ്. ഗോപാലകൃഷ്ണനും കെ.അരവിന്ദാക്ഷനും, ലകാൻ നിസ്സാർ അഹമ്മദും, ലോകകവിത സച്ചിദാനന്ദനും, വായിക്കട്ടെ എന്ന് വെച്ചത്.

കായൽത്തിരകളും ഏകാന്തതയും കാറ്റും നഗരവും പ്രണയ ശോകങ്ങളും ആനുകാലികങ്ങളും ബാനറുകളും പരദോഷങ്ങളും സ്വകാര്യമുറിവുകളും വായിക്കാൻ നാമല്ലാതെ മറ്റാരാ റോഷൻ മാഷേ?

■

ലെനിൻ ഗ്രാദ്സ്കിയിലെ കുട്ടികൾ

റഷ്യയിലെ റെയിൽവേ സ്റ്റേഷൻ എന്നു കേൾക്കുമ്പോൾ ആദ്യം മനസ്സ് കാണുന്നത് ടോൾസ്റ്റോയിയെ. അന്ന വീണവസാനിച്ച സ്റ്റേഷനും, 1910ലെ ഒരു തണുത്ത രാത്രിയിൽ യാസ്നായാ പോളിയാനയിൽ നിന്നിറങ്ങി വന്ന് ടോൾസ്റ്റോയ് അസ്തമിച്ച സ്റ്റേഷനും. അലക്സാണ്ടർ ബ്ലോക്കിലേയും പാസ്റ്റർനാക്കിലേയും യെവ്തുഷെങ്കോയിലേയും അന്നാ അഖ്മത്തോവയിലേയും റെയിൽ ദുരന്തങ്ങളും. അധികവും പഴയ റഷ്യയിലെ ഹിമദുരന്തങ്ങൾ. സാമ്പത്തികവും സാംസ്കാരികവും വൈകാരികവുമായ അസമത്വത്തിന്റെ അകലങ്ങൾ. നീതിയുടെ സ്വർഗ്ഗത്തിലേക്ക് കുറഞ്ഞു വരുന്ന ദുരന്തങ്ങളുടെ സ്വപ്നഭാഷയായിരിക്കാൻ അന്നത്തെ റഷ്യൻ രാഷ്ട്രീയചരിത്രത്തിനും സാഹിത്യത്തിനും സിനിമയ്ക്കും കഴിഞ്ഞിരുന്നു.

ഗോർബെച്ചേവിനിപ്പുറമുള്ള റഷ്യയുടെ അകം, ആന്തരിക ജീവിതം, അത്ര തന്നെ മിത്തുകളായി നമ്മിൽ കലർന്നിട്ടില്ല. സോഷ്യലിസം പുതിയ റഷ്യൻ തീവണ്ടികൾക്ക് ഓടിയെത്താവുന്നതിലുമധികം ദൂരത്തായതു കൊണ്ടാവണം. സോഷ്യൽ സാമ്രാജ്യത്വത്തിലെ വൈകാരിക ബന്ധങ്ങൾ ലോകത്തിന്റെ പൊതുഭയങ്ങളില്ലാതെ ഭാവിസ്വപ്നങ്ങളിൽ കലർന്നൊഴുകുന്ന ചരിത്രപ്പതിവില്ലാത്തത് കൊണ്ടുമാവാം ഇത്.

2006 ലെ തിരുവനന്തപുരം രാജ്യാന്തര ചലച്ചിത്രമേളയിൽ പല നല്ല ചിത്രങ്ങളും കണ്ടു. ചെറിയൊരു ഡോക്കുമെന്ററി. വലിയ ചിത്രങ്ങളുടെ ഓർമ്മകളിലേക്കെന്നതിനേക്കാൾ ബോധത്തിലേക്ക് തിരകളുള്ളത്. വഴിയിലോ ഹോട്ടലിലോ ഓട്ടോയിലോ ലോജിലോ വെറുതെ വെയിലിൽ കാറ്റൊഴുകുന്നത് നോക്കിയിരിക്കുമ്പോഴോ ആ തിരകൾ മനസ്സിൽ വന്നു മറിയുന്നു പലപ്പോഴും. അന്ന പൊലാക് (പോളണ്ട് കാരി) 2004–ലെടുത്ത 'ചിൽഡ്രൻ ഓഫ് ലെനിൻ ഗ്രാദ്സ്കി'. മാഞ്ഞു പോയ റഷ്യൻ സ്വപ്നത്തിലേക്ക് ദുരന്ത നാടകശക്തിയുള്ള ഉൾക്കാഴ്ച തരുന്ന ഒരു ചെറു ചിത്രം. ലെനിൻ ഗ്രാദ്സ്കി റെയിൽവേ സ്റ്റേഷനിൽ നിരന്തരം വന്നടിഞ്ഞു കൊണ്ടേയിരിക്കുന്ന പുതിയ റഷ്യൻ അനാഥ ബാല്യത്തിന്റെ നേർചരിത്രം കാണുന്ന ഒരു ചിത്രം. നരകത്തിലേക്ക് വലിച്ചെറിയപ്പെടുന്ന കുട്ടികൾ. അവരുടെ എണ്ണം ദിനംപ്രതി

പെരുകി വരുന്നു. ലെനിൻഗ്രാദ്സ്കി റെയിൽവേ സ്റ്റേഷൻ നരകത്തിലെ ഒരു നഗരമാണെന്ന് തോന്നി.

വിപ്ലവത്തിന്റെ തകർച്ചയ്ക്ക് ശേഷമുള്ള റഷ്യ. അധികാരത്തിന്റെ അധാർമ്മികമായ ഉദാസീനത കാരണം ആഴക്കടലിൽ മുങ്ങിമരിക്കേണ്ടി വന്ന അന്തർവാഹിനിയിലെ റഷ്യൻ നാവികരുടെ പ്രേതങ്ങൾ ഇപ്പോഴും അലയുന്നുണ്ട് പുടിന്റെ റഷ്യയിൽ. ഗതി കിട്ടായ്കയുടെ അത്തരം അനേകം അനുഭവ സൈബീരിയകളോട് ആഴത്തിൽ ചേർന്നു നില്ക്കുന്നതാണ് ലെനിൻ ഗ്രാദ്സ്കിയിൽ ഇന്ന് നാം കാണുന്നത്. അനാഥത്വത്തിന്റെ ദുർഗ്ഗതികൾ. സോവിയറ്റ് ലാൻഡ് മാസികയുടെ പുറം ചട്ടകളിൽ പണ്ട് ആവർത്തിച്ചു കണ്ട റഷ്യൻ കുഞ്ഞുങ്ങളുടെ തുടുതുടുത്ത ചിരികളുടെയെല്ലാം മറുപുറം, അഥവാ ഒരു മിത്തിന്റെ മറുപുറം, മലിനമാക്കപ്പെട്ട ഈ വിശുദ്ധികൾ. ഒരിക്കൽ സമതയുടെ ഉദ്യാനം എന്ന് തോന്നിച്ചിരുന്നിടം ഇന്ന് സോഷ്യലിസ്റ്റ് സ്വർഗ്ഗത്തിന്റെ ചുടല.

അധാർമ്മികാധികാരത്തിന്റെ ഇരകളിലൂടെ ഈ ചിത്രം നടത്തുന്നത് ആഴമുള്ള ഒരു നേരറിയൽ യാത്ര. കുട്ടികളുടെ അവകാശങ്ങളുടെ സമ്പൂർണ്ണമായ നിഷേധമാണ് അന്ന പൊലാക് കാണിക്കുന്ന ലെനിൻ ഗ്രാദ്സ്കി റെയിൽവേ സ്റ്റേഷനിൽ വന്നടിഞ്ഞുകൊണ്ടേയിരിക്കുന്ന അനാഥ ബാല്യങ്ങളുടെ അനുഭവലോകത്തിലുള്ളത്. സോഷ്യലിസ്റ്റ് പതനത്തിൽ വിഷാദമോ ഉത്കണ്ഠയോ വിമർശനമോ ഉള്ളിലില്ലാത്തവർ പോലും പെട്ടെന്ന് മറന്നു പോകാനിടയില്ലാത്ത കാഴ്ച.

ഈ കുട്ടികൾക്ക് വീടില്ലാതായത് പല കാരണങ്ങളാൽ. പുതിയ വികസനത്തിൽ പിഴുതെറിയപ്പെട്ടവർ, ഓരങ്ങളിലേക്ക് തെറിച്ചു പോയവർ, വീട്ടിനുള്ളിൽ ജീവിതം സഹിച്ച് പോകാൻ വയ്യാതെ വീട് വിട്ടു പോന്നവർ, വീട്ടിൽ നിന്ന് തല്ലിപ്പുറത്താക്കപ്പെട്ടവർ, അനാഥാലയ ഭീകരതയിൽ നിന്ന് ഓടി രക്ഷപ്പെട്ടു വന്നവർ, പതിനഞ്ചിൽ താഴെ പല പ്രായത്തിലുള്ളവർ, ഈ കുട്ടികൾ. ആണും പെണ്ണും. റെയിൽവേ സ്റ്റേഷനിലെ തിരക്കിൽ മുതിർന്നവരുടെ പരുക്കൻ കാലുകളുടെ തിടുക്കങ്ങൾക്കിടയിലകപ്പെട്ട നിലയിലാണ് ചിത്രത്തിൽ നാം ഇവരെ കാണുന്നത്. തമ്മിലിണങ്ങിയും, നായ്ക്കളെ പൂച്ചകളെ വളർത്തിയും, തങ്ങളിലെ സ്നേഹചോദനകൾക്ക് അവർ പോംവഴി കാണുന്നു. ഒരു നല്ല വസ്ത്രത്തിനോ ഒരു കുളിക്കോ ചെറു പാരിതോഷികത്തിനോ തെരുവിലെ പെൺകുട്ടി ലൈംഗികത്തൊഴിലിലേക്ക് അതിവേഗം ചതിക്കപ്പെടുന്നു. ആയിരം വട്ടം കൂടെപ്പോയാലും, എത്ര സമ്മാനം തന്നാലും മനസ്സിൽ ആ പുരുഷനോട് പേടി ബാക്കി എന്ന് ഒരു പെൺകുട്ടി. പന്ത്രണ്ട് വയസ്സിൽ ഗർഭവതിയാവുന്നവർ, ദേഹദ്രോഹത്തിൽ കണ്ണും മൂക്കും ചുണ്ടും തകർന്നവർ, വോഡ്കയിലും മറ്റ് ലഹരികളിലും അക്രമങ്ങളിലും കുടുങ്ങിപ്പോകുന്നവർ, പൈശാചികമായി പോലീസിനാലും പീഡിപ്പിക്കപ്പെടുന്നവർ, മോഷണത്തിൽ രസിക്കുന്നവർ, അമ്മയില്ലാതുള്ള ജീവിതം നരകമാണെന്ന്

ജീവിച്ചറിഞ്ഞവർ, ഗലികളിലും ആണ്ടു പോയവർ. അവർ ആയിരങ്ങളാണ്. പാപങ്ങളിൽ പ്രതികാരാർത്തമായ ഉന്മാദം പോലെ ഹരം കൊള്ളുന്നവർ, ആരെങ്കിലും വലിച്ചെറിഞ്ഞ് കുപ്പായവുമായി പറവുകൾക്കിടയിൽ കുരുങ്ങിപ്പോയവർ, എന്നിട്ടും കുട്ടിത്തം ബാക്കിയായവർ.

അവരിലൊരുവൾ, പാവകളുടെ കൂട്ടുകാരിയായ കുഞ്ഞു സുന്ദരിക്കുട്ടി താന്യ, ഒരു കുഞ്ഞു ശവപ്പെട്ടിയിൽ ആചാരപൂർവം അടക്കം ചെയ്യപ്പെട്ട് ശ്മശാനത്തിലേക്കു പോകുമ്പോൾ റെയിൽവേ സ്റ്റേഷൻ തരിശിലെ ആ ഇളം ജീവിതങ്ങൾക്കത് താങ്ങാവുന്നതിലധികമായിരുന്നു. അവർ പൊട്ടിക്കരഞ്ഞുപോയി. അവരുടെ എണ്ണം പെരുകുകയാണ്. ഹാരി പോട്ടർ വായനയിലേക്കെന്നല്ല സാക്ഷരതയിലേക്ക് പോലും ദൂരം വളരെയുള്ളവർ. ആധുനിക ലോകം അനാഥത്വത്തിന്റെ വലിയൊരു വിളനിലം. മനുഷ്യാവകാശങ്ങളിൽ കുട്ടികളുടെ അവകാശങ്ങൾക്ക് എന്നേ വലിയ പ്രാധാന്യം വന്നിട്ടുണ്ട്, ഏടുകളിൽ. എങ്കിലും അനേകം ലക്ഷം കുട്ടികൾ ഇരുട്ടിൽ പുറത്താക്കപ്പെട്ട് നില്ക്കുകയാണ്. പുലി പിടിച്ചുകൊണ്ട് പോട്ടെ എന്ന് രക്ഷിക്കേണ്ടവരാൽ വിധിക്കപ്പെട്ട്. അനന്തമൂർത്തിയുടെ കഥയിലെ പോലെ. പുലി തൊട്ടടുത്തുണ്ട്. ജുവനൈൽ നിയമങ്ങളും ജനസേവാ ശിശുഭവനും മറ്റും സ്നേഹവിഹ്വലതയോടെ, സാക്ഷിപ്പിടയലോടെയും. അപൂർവം അന്നാപൊലാക്കുമാർ തെറ്റാത്ത കാഴ്ചയോടെയും.

■

കടമ്പനാട്ടെ മുയലുകൾ

കരനെല്ലിന്റെ തളിരോലയാണ് കടമ്പനാട്ടെ മുയലുകൾക്കിഷ്ടം. അതു ധനു മാസത്തിലെ പുലർമഞ്ഞിൻ തുള്ളി ചേർത്ത് ചവയ്ക്കാൻ ഏറെയിഷ്ടം. നിലാവ് മായും മുമ്പേ. വെയിലുദിക്കും മുമ്പേ. കാക്ക കണ്ട് ബഹളം കൂട്ടും മുമ്പേ. ആ അരണ്ട മൗനം മുയലുകളുടെ സമയം. തീ കായാൻ കരീല കത്തിക്കുന്ന സമയം. ആ നേരത്താണ് മുയലിനെ ഞാനധികവും കണ്ടിട്ടുള്ളത്. മുയൽ എന്നെയും. കരനെൽപ്പറമ്പിന്റെ ഏതെങ്കിലുമൊരരികിൽ ആളനക്കം കണ്ടോ കേട്ടോ എന്റെ നേരേ നോക്കുമ്പോൾ മുയൽ പതറിയിരുന്നില്ല. എന്നെ അത് പ്രതീക്ഷിച്ചിരുന്നെന്ന് തോന്നി. ആ കണ്ണുകളുടെ തിളക്കം അത് പറയുന്നുണ്ടായിരുന്നു. ചിലപ്പോൾ മൂടില്ലാത്താളിയും വയറാവള്ളിയും തെച്ചിയും ചുറ്റിപ്പിണഞ്ഞ പൊന്തക്കാട്ടിൽ നട്ടുച്ചയ്ക്ക് രണ്ട് ചെവികൾ റഡാറുകൾ പോലെ ഉയർന്ന് കണ്ടാലായി. വീണ പറങ്കിയണ്ടിയോ കിളിച്ചുണ്ടനോ തേടിച്ചെല്ലുമ്പോൾ ചിലപ്പോൾ കാണുന്നത് പൊന്തയിൽ മുയലിരുന്ന് മൃദുവായ പുൽത്തലം മാത്രം. പുല്ലിലെ ആ വടിവ്. അതിലെ ഇളം ചൂട്. തൊടാവുന്ന 'ഫദുഫദുപ്പ്'. ഇനിയും കേൾക്കാവുന്ന കിതപ്പ്. കുന്നിൻ ചെരുവിലേക്ക് മറയുന്ന മായക്കുതിപ്പ്.

വെള്ളുകൊട്ടയിൽ വെറ്റിലക്കെട്ടുകളുമായി ചന്തയിലേക്കു കുതിക്കുന്ന നാരേണൻ ചാന്നാർ ഒന്ന് നിന്ന് പറഞ്ഞു: ഒരു കല്ലെടുത്തൊരേറ് കൊടുത്താട്ടെ. അവനവിടെ മറിയും. നന്നാക്കി ഇത്തിരീം മല്ലീം മൊളകും പെരട്ടിയാ ബഹു കുശാൽ.

കലമ്പൊട്ടികൾ പൂത്ത കുറ്റിക്കാട്ടിലോ കുന്നുമ്പുറത്തെ പുൽക്കാട്ടിലോ ഓടിമറയുമ്പോൾ മുയൽ വിളിച്ചു പറയുന്നുണ്ടായിരുന്നു, കളിക്കാൻ ഇടം ധാരാളമുണ്ട് വരൂ എന്ന്. ഭൂമിയിലേറെയും ഒളിച്ചിരിക്കാനുള്ള ഇടങ്ങളാണെന്ന്. രക്ഷയിലേക്ക് തുറന്ന ഒരു വലിയ വാതിലാണ് പ്രകൃതിയെന്ന്. പരുക്കൻ വഴികളെ അത് മയപ്പെടുത്തി. ഇടുങ്ങിയ വഴികളെ അത് വിപുലപ്പെടുത്തി. അടഞ്ഞവ തുറന്നു. അകന്നവ അടുപ്പിച്ചു. മറന്നവ ഓർമ്മിപ്പിച്ചു. പുതിയവ കാണിച്ചു. തോൽവിയിൽ നിന്ന് വിജയത്തിലേക്ക്, ദുഃഖത്തിൽ നിന്ന് സുഖത്തിലേക്ക്, മരണത്തിൽ നിന്ന് ജീവിതത്തിലേക്ക്, ഒരു കുതിയുടെ ദൂരമേയുള്ളൂവെന്ന് മുയൽ കാണിച്ചു തന്നു.

പറങ്കിമാമ്പൂവിന്റെയും കവുങ്ങിൻപൂവിന്റെയും വാടിയ ഇലകളുടെയും മണങ്ങളോടൊപ്പം കാര്യമാക്കാൻ നാട് കൂട്ടാക്കാത്ത സൂക്ഷ്മാനുഭവങ്ങളിൽ ഒഴുകി നടന്നു, വല്ലപ്പോഴും മാത്രം കിട്ടുന്ന ആ മുയൽസ്സുഖം. മറയാൻ മടിക്കുന്ന ഒരു സൗമ്യമൂല്യം. ഉച്ചയ്ക്ക് സെൻസസിനു വന്ന കാരൂരിന്റെ കാനേഷുമാരിക്കാരൻ കഥാപാത്രം ഒരു വീട്ടിലും ചോദിച്ചില്ല മുയലെത്ര? എന്ന്. കണക്കുകൾക്ക് വെളിയിൽ അവയുടെ വിഹാരം.

ഹൈസ്കൂളിലെ ഒമ്പതാം ക്ലാസ്സിൽ നിന്ന് കാബൂളിവാല കടമ്പനാട്ടെ വീടുകളിലേക്കുള്ള ഇടവഴികളിലൂടെ വേഗത്തിൽ നടന്നുവന്ന കാലത്തായിരുന്നു അത്. 'പാത്തുമ്മായുടെ ആട്' കവിളുകളിൽ ഉപ്പുനീരായി എരിഞ്ഞൊഴുകിയ കാലത്ത്. അതേ കാലത്ത് വള്ളുവനാടൻ ഇടവഴികളിൽ ഒരു പൂതം ഉണ്ണിയെത്തേടി അലയുന്നുണ്ടായിരുന്നുവെന്ന് മനസ്സിലായത് ഏറെക്കാലം കഴിഞ്ഞാണ്. ചില പ്രിയ സമാന്തരങ്ങൾ തെളിഞ്ഞുകാണാൻ പ്രായം പുതിയ കുന്നിൻപുറത്ത് കേറി നിന്ന് നോക്കണം.

മുയൽപ്പുലരികളെപ്പറ്റിക്കേട്ട് ആലപ്പുഴക്കാരൻ ഹനീഷ് ഒരു വാരാന്ത്യത്തിൽ കൊല്ലത്തെ കോളേജ് ഹോസ്റ്റലിൽ നിന്ന് എന്നോടൊപ്പം നാട്ടിലേക്ക് വന്നു. ശനിയും ഞായറും അതിനകത്ത് കാത്തു. പറങ്കിമാവിന്റെ താണു പടർന്ന കൊമ്പുകൾക്കിടയിൽ ശബ്ദമുണ്ടാക്കാതെ തിരിഞ്ഞു. കല്ലുവെട്ടാം കുഴിയിലും പഴയ മൺതിട്ടയിലുമുള്ള ചെറുഗുഹകളിലെല്ലാം നോക്കി. പൊട്ടക്കിണറിനടുത്ത് പോയി കുളമാവിന്റെ ഇരുണ്ട തണലിൽ നോക്കി. സിംഹത്തെ ഒരിക്കൽ കൂടി തോല്പിക്കാൻ കാത്തിരിക്കുന്നുണ്ടെങ്കിലോ. നാട്ടിലെ മറകളിലെല്ലാം, തടങ്ങളിലെല്ലാം, ശബ്ദമില്ലായ്മയിലെല്ലാം, പരതി. മുയലുണ്ടാവുമെന്ന് കരുതിയ ഇടങ്ങളിലൊന്നും മുയലിനെ കണ്ടില്ല.

മേരിക്കുട്ടിയും ശിവരാമനും എപ്പോഴും വർത്തമാനം പറഞ്ഞു നിന്ന പേഴിൻ ചുവട് കണ്ടു. വെട്ടുകൊണ്ട കൊച്ചുഞ്ഞിന്റെ ചോര തളംകെട്ടിക്കിടന്ന താഴത്തുകാവ് കണ്ടു. ചെല്ലിക്കോലുകൊണ്ട് വേലുത്തച്ചനെ ഒറ്റക്കുത്തിന് കൊന്ന ഇരട്ടക്കരളൻ വാദ്ധ്യാരെ വിലങ്ങു വെച്ച് നിർത്തിയിരുന്ന പാലച്ചുവട് കണ്ടു. അപസ്മാരമിളകി ശാരദചേച്ചി കിടന്നുരുണ്ട ഇലഞ്ഞിച്ചുവട് കണ്ടു. കല്യാണിയെ വിഷം തീണ്ടിയ കുളക്കടവു കണ്ടു. മൂർഖൻ പാമ്പ് ഊരിയിട്ട് പോയ നീളൻ ജുബ്ബ കണ്ടു. ചേര, അണ്ണാൻ, മൈന, പുള്ള്, കാക്ക, ഉപ്പൻ, പ്രാവ്, പച്ചിലപ്പാമ്പ്, മൂങ്ങ, വവ്വാൽ തുടങ്ങിയവരെ അന്വേഷിച്ചില്ലെങ്കിലും കണ്ടു.

മുയൽ ഒളിവിലിരുന്ന് ചിരിച്ചും കാണും, പുറത്തേക്ക് വന്നേയില്ല. മുയലങ്ങനെയാണ്. നാം കാത്തിരിക്കുമ്പോൾ വരില്ല. ഓർക്കാപ്പുറത്ത് ചുവട്ടടിയിലൂടെ പായും. ഞെട്ടിത്തിരിഞ്ഞ് നോക്കുമ്പോൾ ഉയർന്നു താഴുന്ന കുതിച്ചുചാട്ടത്തിന്റെ അകലുന്ന താളം.

രാവിലെ പാടത്ത് നടക്കുമ്പോൾ കാറ്റിൽ വന്ന മണം വെരുകിന്റേതാണെന്ന് ഹനീഷിന് പറഞ്ഞുകൊടുത്തു. സന്ധ്യയ്ക്ക് താഴേക്കാട്ടിൽ നിന്ന് കുറുക്കന്റെ കൂവൽ കേട്ടു. രണ്ടും ഹനീഷിനിഷ്ടമായി. വന്നത് നഷ്ടമായില്ലെന്ന് പറഞ്ഞു. സൗമ്യതയേയും മുയലുകളേയും ഇനിയും നാട്ടിൽ നാം പ്രതീക്ഷിക്കുന്നതിൽ വലിയ കാര്യമില്ലെന്ന് ഹനീഷ് പറഞ്ഞു. നാടൻ മുയലുകൾക്കിണങ്ങിയ ആവാസവ്യവസ്ഥയുടെ, തുറസ്സിന്റെ, ലളിതകാലം മാറി. ഇത് കൂട്ടിൽ വളർത്തപ്പെടുന്ന ശീമമുയലുകളുടെ കാലം. വിലയുടേയും കൊല്ലലിന്റേയും മാംസത്തിന്റേയും മുയൽമസാലയുടെ കാലം.

തിങ്കളാഴ്ച ഞങ്ങൾ പട്ടണത്തിലേക്കു മടങ്ങുമ്പോൾ, തിങ്ങിനിറഞ്ഞ പ്രൈവറ്റ് ബസ്സിലിരിക്കുന്നത് കണ്ടു, നീളൻ ചെവികളും വിടർന്ന കണ്ണുകളും ഉന്തിയ പല്ലുകളും ഇന്നലെക്കുടിച്ച എന്തിന്റേയോ ബാക്കി കവിളിലും ചുണ്ടിലും കണ്ണിലുമൊക്കെ പറ്റി നില്ക്കുന്ന പോലെ ചിന്നിയ ചിരിയും ഭയന്ന നിശ്ചലതയുമുള്ള മൃദുമൃദുവായ വെള്ളാരംകല്ലുകൾ. തന്ത്രങ്ങളും കള്ളങ്ങളുമെല്ലാം പഠിച്ച്, കുടിവെള്ളത്തിൽ നിന്ന് അവരെത്തടഞ്ഞ്, കിണറ്റുവക്കിൽ കാവൽ കിടക്കുന്ന പുതിയ സിംഹങ്ങൾക്ക് ഏത് കയത്തിൽ അവരെക്കാട്ടിക്കൊടുത്തുകൊണ്ടാവും വിജയത്തിലേക്ക് ഇനിയൊരു മുയൽക്കുതി?

■

മൂടൽമഞ്ഞിലെ വേട്ടക്കാർ

ഹിന്ദി കവി ചന്ദ്രകാന്ത് ദേവ്താലെ ഉജ്ജയിനിയിലെ ഹോട്ടൽ മുറിയുടെ വാതിലിൽ മുട്ടി എന്നെ ഉണർത്തുമ്പോൾ പുലർന്നിരുന്നില്ല നേരം. കതകു തുറന്നതും മഞ്ഞുകാലം മുറിയിലേക്കാർത്തു കയറി.

അടുത്താണ് ദേവ്താലെയുടെ താമസം. പേരാൽ മരങ്ങളും വിജനതയും തണലായ ഒരു പുരാതന വീഥി. അവിടെ ഏഴ് പേരാലുകൾ തമ്മിൽ കെട്ടിപ്പിടിച്ചും ആശ്വസിപ്പിച്ചും നില്ക്കുന്നുണ്ട്. കാളിദാസന്റെ നായികമാരും തോഴിമാരുമാണ് ആ പേരാലുകൾ എന്നാണ് ദേവ്താലെയുടെ വിശ്വാസം. അതിനടുത്താണ് വള്ളിച്ചെടികൾ മൂടിപ്പടർന്ന ദേവ്താലെയുടെ വീട്. അഞ്ചു മിനിറ്റ് നടന്നാൽ ഞങ്ങൾ താമസിക്കുന്ന ഹോട്ടലിലെത്താം. തണുപ്പു കുപ്പായങ്ങളിൽ ഇരട്ടിയായ ദേവ്താലെ ചിരിച്ചു:

"നടക്കാം?"

"നടക്കാം."

അടുത്ത മുറികളിലുറങ്ങുന്നുണ്ട് ഗുജറാത്തി, മറാത്തി, ഒറിയ കവികൾ. അവരും കാളിദാസ കാവ്യോത്സവത്തിനു വന്നവർ. ദേവ്താലെ പറഞ്ഞു: അവർ സുഖമായി ഉറങ്ങട്ടെ. നമുക്ക് നടക്കാം. 'പുലർച്ചെയ്ക്കുറങ്ങുവാനെന്തൊരു സുഖ'മെന്നല്ലേ കവി പറഞ്ഞത്? ഉറങ്ങട്ടെ. കവികൾ ഉണരും വരെ മൂടൽമഞ്ഞ് കാത്തുനില്ക്കില്ല. അതു മടങ്ങും. നീർ താണ ശിപ്രാ നദി കടന്ന്, തുംഗ ഗോപുരങ്ങളും ജീർണ്ണഗലികളും ഭർതൃഹരിയുടെ ഗുഹയും കടന്ന്, കാളിദാസൻ മേഘത്തിനു ചൊല്ലിക്കൊടുത്ത വഴിയേ വടക്കോട്ടു പോകും. സമരം ചെയ്യുന്ന ആദിവാസികളെപ്പോലെ മൂടൽമഞ്ഞ് ദില്ലിയുൾപ്പെടെയുള്ള വടക്കൻ വിമാനത്താവളങ്ങളിലെ റൺവേകളിൽച്ചെന്ന് തമ്പടിക്കും. പല വിമാനങ്ങളേയും നിലം കാണിക്കാതെ പ്രതിഷേധിക്കും. നിലത്തിന്റെ വില ഓർമ്മിപ്പിക്കും. നമുക്കറിയില്ലല്ലോ മൂടൽമഞ്ഞിന്റെ രാഷ്ട്രീയം.

പത്തടിക്കപ്പുറം ഒന്നും കാണാൻ വയ്യ. വഴിയോ ഓരങ്ങളോ മുമ്പോ പിമ്പോ. ചരിത്രമോ സ്വപ്നമോ. 'നാമിങ്ങറിയുവതല്പം' എന്ന് ആശാന് ഇവിടെയും തൊട്ടുകാണിക്കാം. അറിവിന്റെ പരിമിതിയെപ്പറ്റിയുള്ള സ്വന്തം

പുസ്തകം ഈ അനുഭവ വെട്ടത്തിൽ നിവർത്തിവെച്ച് റസ്സലിന് വാദം വികസിപ്പിക്കാം.

ദേവ്താലെ പറഞ്ഞു: ഇടത് വശത്ത് മൂടൽമഞ്ഞിൽ വിക്രം സർവ കലാശാല മൈതാനി. 'ബൈബിൾ ദി ജെനിസിസ്' എന്ന സിനിമയിലെ ഉല്പത്തി ആഖ്യാനത്തിൽ സൂക്ഷ്മമായി പടർന്നിരുന്ന ബീഥോവന്റെ ഒമ്പതാം സിംഫണിയുടെ ആദ്യ ചലനങ്ങളെ ഓർമ്മിപ്പിക്കുന്ന ദൃശ്യം. മൂടൽമഞ്ഞിൽ നിന്ന് ഉജ്ജയിനിയുടെ ഉല്പത്തി കണ്ടു തുടങ്ങി. ചിലരങ്ങ നെയാണ്. മൂടൽമഞ്ഞിനെപ്പോലെ എല്ലാം വെളിവാക്കിയാണ് ഒഴിഞ്ഞു പോകുന്നത്. കാളിദാസ അക്കാദമിയുടെ പിന്നിൽ പണ്ട് നിറയെ താമര വിടർന്ന് നിന്നിരുന്നെന്ന് കേട്ട വലിയ താമരക്കുളം വറ്റിത്താണു. അതിൽ ചേറും പായലും വലിച്ചുകൂട്ടിയിരിക്കുന്ന കൂനകളിൽ അതിരാവിലെ പന്നികൾ അവരുടെ കവിത തിരയുന്നു. അതിനപ്പുറം കാളിദാസ സമാരോ ഹിനൊരുക്കിയ വലിയ പന്തൽ. അനേകായിരം പേരിരിക്കും. കവിതയും പാട്ടും നാടകവും നൃത്തവും നിറയും. കഴിഞ്ഞ രാത്രിയിൽ അവിടെ എനിക്ക് കിട്ടി, മറക്കാനാവാത്ത ഒരു നാടകാനുഭവം. രത്തൻ തിയ്യത്തിന്റെ മണിപ്പൂരി നാടകം. അരങ്ങിലെ ഒരിതിഹാസം. മഹാഭാരതം, യുദ്ധവും സമാധാനവും, ഒമ്പതാം സിംഫണി, ബ്രൂഗലിന്റെയും ഗോയയുടെയും ദാലിയുടെയും വാൻ ഗോഖിന്റെയുമൊക്കെ ചിത്രങ്ങൾ എന്നിങ്ങനെ എല്ലാ ഇതിഹാസങ്ങളെയും പോലെ ഹിംസയ്ക്കെതിരായ ഒരു മഹാനാടകം. കഴുമരം അരങ്ങിന്റെ മധ്യ ത്തിൽ നില്ക്കുന്നു. ഹിംസ കേന്ദ്രമായ എല്ലാ അധികാര വേദികളിലും പതി വായി നാം കാണാറുള്ളതുപോലെ.

ടൈഗ്രീസിന്റെ തീരത്ത് ഇന്നലെക്കണ്ട കഴുമരവും അഞ്ചുകൊല്ലം മുമ്പ് ഉജ്ജയിനിയിലെ മഞ്ഞരങ്ങിൽക്കണ്ട കഴുമരത്തിന്റെ തുടർച്ച തന്നെ.

അമേരിക്കയ്ക്കു കൂടുതൽ കൊള്ളയും കൊലയും ചെയ്യേണ്ടതുള്ളതി നാൽ അവരുടെ തടവറകളും കഴുമരങ്ങളും ശ്മശാനങ്ങളും ലോകത്തിന് കൂടുതൽ കണ്ടറിയാം. നാഗസാക്കിയിലും ഹിരോഷിമയിലും വിയറ്റ്നാമിലും ഗ്വാട്ടിമാലയിലും അഫ്ഗാനിസ്ഥാനിലും ഇറാഖിലും ലോകമെമ്പാടും അമേ രിക്ക ഏറ്റവുമധികം വിളയിച്ചത് ഹിംസയും ശവങ്ങളുമാണ്. ബെൻ ഓക്രി പറഞ്ഞു, കഥയിൽ വിഷം ചേർത്താൽ ഒരു രാജ്യത്തെ ഭിന്നിപ്പിക്കാം; ബാബേൽ ഗോപുരം പോലെ തകർക്കാം; കലക്കാം. തോല്പിക്കാം; കൊല്ലാം; കൊള്ളയടിക്കാം. കഥയിലും വാർത്തയിലും അമേരിക്ക വിഷം ചേർത്തു. മാനവികമൂല്യങ്ങളെയും മനുഷ്യാവകാശങ്ങളെയും മതേതരത്വ ത്തെയും ഐക്യരാഷ്ട്ര സംഘടനയേയും കൊല്ലാൻ. സംസ്കൃതിക്കും പ്രകൃതിക്കുമെതിരെ ചരിത്രത്തിൽ ഒരു ഏകാധിപതിക്കും ചെയ്യാൻ കഴി യാത്തത്ര വിനാശം.

ദൈവ കേന്ദ്രിതപ്രപഞ്ചം, മനുഷ്യകേന്ദ്രിതപ്രപഞ്ചം, ക്ഷേത്രകേന്ദ്രിത നാഗരികത, ധനകേന്ദ്രിത വൈവാഹിക ബന്ധങ്ങൾ എന്നൊക്കെ കാണാൻ

കഴിയുന്നത് പോലെ കാണാവുന്നതാണ് പഴയതും പുതിയതുമായ അധിനിവേശങ്ങളിൽ കഴുമരകേന്ദ്രിതമായ അധികാരം. എലിസബെത്തൻ ഇംഗ്ലണ്ടിലെ വീരനായകരിൽ ഒരാൾ ആരാച്ചാരായിരുന്നു. വെട്ടിയെടുത്ത് തൂക്കിപ്പിടിച്ച തലയിലെ കണ്ണ് പിന്നെയും ഇമവെട്ടുന്നതും, ആ ഹൃദയം പിന്നെയും മിടിക്കുന്നതും കാണിക്കാൻ കഴിയുന്ന ആരാച്ചാർ. വാളുകളേക്കാൾ വേഗത്തിൽ ജീവൻ മുറിച്ചെടുക്കാൻ വെടിയുണ്ടയ്ക്കും കൊലക്കയറിനും കഴിയുമെന്നാണ് അന്താരാഷ്ട്ര വധവിദഗ്ദ്ധരിൽ നിന്ന് ബുഷിനും ബ്ലെയർക്കും മാലിക്കിക്കും കിട്ടിയ ഉപദേശം. രണ്ടായിരത്തിയാറ് ലോകത്തിന്റെ നെഞ്ചത്ത് ഒരു കഴുമരം നാട്ടി കടന്നുപോകട്ടെ എന്നവർ തീരുമാനിച്ചതങ്ങനെയാണ്. ടൈഗ്രീസിന്റെ പച്ചത്തീരത്ത്. അവരോർത്തില്ല ടൈഗ്രീസ് പോലെ കാലം ഒഴുകും തോറും അഴകും ഒഴുക്കും ആഴവും വർദ്ധിക്കുന്ന ഒരു പ്രവാഹബിംബമായി സദ്ദാം വളരുമെന്ന്. ഇറാഖിലെയുൾപ്പെടെ എണ്ണമറ്റ കാരാഗൃഹ നരകങ്ങളിൽ നിന്ന് കേട്ട നിലവിളികളേക്കാൾ നിശിതമായി കഴുമരത്തിലെ സദ്ദാമിന്റെ പൊട്ടിച്ചിരി രക്തസാക്ഷിത്വത്തെ പുനർനിർവചിക്കുമെന്ന്.

എല്ലാം വിഴുങ്ങി അടുത്തു വന്നു നില്ക്കുന്ന മൂടൽമഞ്ഞു പോലെ ദുരന്തപാഠങ്ങളുടെ വെളുത്ത ആകാശം.

■

മാധവിക്കുട്ടി - പെണ്മയുടെ ഇതിഹാസം

കൊച്ചിയിലെ അമ്പാടി അപ്പാർട്ട്മെന്റിൽ രണ്ടോ മൂന്നോ തവണ ഞാൻ കമലാദാസിനെ ചെന്നു കണ്ടിട്ടുണ്ട്. ആദ്യം പോകുമ്പോൾ കെ. രാജഗോപാലും ആശാലതയും കൂടെയുണ്ടായിരുന്നു. മാധവിക്കുട്ടിയെ കാണണം. ചിന്തയും സ്വപ്നവും പിണഞ്ഞ ആ വാക്കുകളുടെ ഒഴുക്ക് രസിക്കണം. സംസാരം ശരീരത്തെയും മനസ്സിനെയും സ്വാതന്ത്ര്യത്തെയും പ്രണയത്തെയും കവിതയേയും ബന്ധങ്ങളെയും യാത്രകളെയും നഗരങ്ങളെയുമൊക്കെപ്പറ്റിയുള്ള ഒരു പറഞ്ഞു പടരലായെന്നു വരാം. എഴുത്തിൽ ആ മനസ്സെങ്ങനെ പാറുന്നുവോ അതേ സ്വച്ഛന്ദകവിതയിൽ. തെളിമയിൽ. സ്നേഹത്തിൽ. പ്രത്യേകിച്ചും ആ വഴിക്കു പോകാൻ ചില ചോദ്യങ്ങൾ വേണ്ടി വന്നാൽ ചോദിക്കണം. പ്രത്യേകിച്ചും ശരീരത്തെ ഇങ്ങനെ ആഘോഷിക്കുന്ന ഓരാളോട്, ശരീരത്തെ മനസ്സും ചരിത്രവും സംസ്കാരവുമായി പല വസന്തങ്ങളുടെ കേന്ദ്രമാക്കുന്ന ഒരാളോട്, ഭൂമിയെ കാലങ്ങളെ ഉടൽ കൊണ്ടളന്ന ഒരാളോട്, ചോദിക്കാവുന്ന ചോദ്യങ്ങൾ. തൃശൂരിൽ നിന്ന് വരാനൊരുങ്ങുന്ന 'ദർശി' മാസികയുടെ ശരീര ലക്കത്തിൽ ആ കൂടിക്കാഴ്ചയുടെ ചില ഭാഗങ്ങൾ കൊടുക്കണം. ഇത്രയൊക്കെയായിരുന്നു ഞങ്ങളുടെ താത്പര്യം.

നാം പണ്ടേ സുഹൃത്തുക്കൾ എന്ന അയവും പ്രിയവുമായിരുന്നു മാധവിക്കുട്ടിയുടെ ചിരിയിലും വാക്കിലും. 'സമകാലീനകവിത' മുടങ്ങാതെ കിട്ടുന്നുണ്ട്. എനിക്കറിയാം എന്ത് പ്രയാസമാ ഇങ്ങനൊന്ന് നടത്തിക്കൊണ്ടുപോകാനെന്ന്. ഇത് പറഞ്ഞ് അവർ അകത്തേക്കു പോയി.

നീർമാതളമില്ല. കളിമുറ്റമില്ല. കാഞ്ഞിരവും ഇലഞ്ഞിയും തെങ്ങും മറ്റ് മരങ്ങളും തിങ്ങിയ തൊടിയില്ല. മരച്ചില്ലകളിലൂടെ വരുന്ന പടിഞ്ഞാറൻ കാറ്റിലെ സന്ദേശങ്ങളില്ല. കിളികളില്ല. അമ്മമ്മയുടെ അടുത്ത് നിന്ന് എല്ലാം കാണുന്ന കുട്ടിയില്ല. കമലയുടെ പാവക്കുട്ടിയെ വേണമെന്ന് ശാഠ്യം പിടിക്കുന്ന വിരുന്നുകാരിക്കുട്ടിയില്ല. കുളക്കടവോ അവിടെ ചിറ്റോളമായി ഉണർന്നടിയുന്ന പ്രണയരഹസ്യങ്ങളോ ഇല്ല. കുളത്തിൽ നിന്നു പാടത്തിലേക്ക് തോട്ടിലൂടെ ഒഴുകുന്ന വെള്ളത്തിന്റെ മന്ത്രോച്ചാരണമില്ല. നാടിന്റെ അവരെഴുതിയ

ചരിത്രങ്ങളിലാണ് ആ കാലവും നാടും അതിന്റെ സ്വപ്നങ്ങളും കദനങ്ങളും കഥകളും എണ്ണമറ്റ കഥാപാത്രങ്ങളും ഇപ്പോൾ ആവാസം. ധീരതയിലേക്ക് അവർ തുറന്നു വിട്ട പെണ്മ ലോകത്ത് വളരുന്നു. പോരാടിക്കൊണ്ട്. പ്രതി ഭയും പ്രണയവും പ്രത്യാശയുമായി. നമ്മുടെ ആൺ പെൺ ബന്ധങ്ങളുടെ ചരിത്രത്തിലെ വലിയൊരു കലാപം, മാധവിക്കുട്ടിയുടെ കല. ആ ഫ്ളാറ്റിൽ മരത്തിൽ കടഞ്ഞെടുത്ത തട്ടികയും പൗരാണികമായ ചില പാത്രങ്ങളും ചമയങ്ങളും കണ്ടു. തട്ടികയ്ക്കപ്പുറത്തു നിന്ന് അലമാര തുറക്കുന്നതിന്റെയും ഫാൻ തിരിയുന്നതിന്റെയും ശ്രുതികൾ.

ഒരു കസേരയിൽ ബാലാമണിയമ്മ ഇരിക്കുന്നുണ്ട്. പഴയ വെണ്മകളെ സാക്ഷ്യപ്പെടുത്തി. ഓർമ്മയുടെ വെയിലാറി. മുടിയിഴകളിലൂടെ നിർത്താതെ വിരൽ നടത്തി. ചിരിച്ച്.

തിരിച്ചുവന്നപ്പോൾ മാധവിക്കുട്ടിയുടെ കൈ നിറയെ രൂപ. "ഇത് സമ കാലീനകവിതയ്ക്ക്." നിർബന്ധിച്ചിട്ടും ഞാനത് വാങ്ങിയില്ല. പണത്തിനല്ല ഞങ്ങൾ വന്നത്. കാണാനും കേൾക്കാനും മാത്രം.

എഴുത്ത് ഇടയ്ക്ക് ചിത്രമെഴുത്തായ കഥ മാധവിക്കുട്ടി പറഞ്ഞു.

ചിത്രങ്ങളിരിക്കുന്ന മുറിയിലേക്ക് അവർ ഞങ്ങളെ കൊണ്ടുപോയി. മഞ്ഞ യിൽ യൗവനത്തിന്റെ ഉത്സവമായി നഗ്നയുവതികൾ. ഒന്നുമൊളിക്കാതെ പറഞ്ഞിരിക്കുന്ന യുവത്വത്തിന്റെ ആത്മകഥ. ആ മുറിയിൽ ചെറുനാരങ്ങ യുടെ മൃദുമണം നിറയുന്നെന്ന് തോന്നി. കുളിർമയും പുതുമയും വഴിയുന്ന കുളിച്ച ദേഹങ്ങൾ. അടുത്ത് കുളിക്കടവുണ്ടെന്ന് തോന്നി. ഇല്ല. പിന്നിൽ ഇളംനിറമോ നിറമില്ലായ്മയോ മാത്രം. ഇവർ സേസന്റെയും മറ്റ് ആശാന്മാ രുടെയും നഗ്നകളെക്കാൾ പ്രായം കുറഞ്ഞവർ. പ്രേമം കൂടിയവർ, മലയാളി കൾ, സൗമ്യസുന്ദരികൾ. കാലുകളിൽ ചിലങ്ക കിലുങ്ങുന്നത് പോലെ. മാധവി ക്കുട്ടി പറഞ്ഞു: ചിലരൊക്കെപ്പറയും വരയ്ക്കുന്നതിൽ അശ്ലീലമുണ്ടെന്ന്. അശ്ലീലമൊക്കെ കാണുന്നവരുടെ കണ്ണിലല്ലേ? ഇതെല്ലാം മനുഷ്യനുള്ളത് തന്നെയല്ലേ? അശ്ലീലമൊന്നും എനിക്കു തോന്നുന്നില്ല. സ്ത്രീരൂപത്തിനു ഭംഗി കൂടും. ആണുങ്ങളുടെ ശരീരം വരയ്ക്കാൻ എനിക്കു താത്പര്യമില്ല.

പുരുഷസൗന്ദര്യം മൈക്കലാഞ്ചലോ വാഴ്ത്തിയിട്ടുണ്ട്. "ഷെനെ, ഹോമോ സെക്ഷ്വത്സ് മുഴുവൻ അങ്ങനെ പറയുന്നു. മിഷിമ. അത് പോലെ."

"ഏതെഴുത്തിലും ചേച്ചി ശരീരത്തെ എത്രയും ആഘോഷിക്കുന്നു. അതിന്റെ സൂക്ഷ്മവിളികളെ തുറന്നെഴുതി. സ്ത്രീസ്വത്വത്തിന്റെ അഴകും ആഴവും സ്നേഹവും സ്വാതന്ത്ര്യതൃഷ്ണയുടെ അപാരതയും നീതിയും ലോകത്തേക്കുയർത്തി. സ്നേഹമതവും സ്നേഹരാഷ്ട്രീയവും ചേർന്ന സ്നേഹവിപ്ലവം. എല്ലാറ്റിനും കേന്ദ്രബിന്ദു ശരീരം."

"ശരീരം തന്നത്ര നിധി ആത്മാവ് എനിക്ക് തന്നിട്ടില്ല. ശരീരമാണ് എന്റെ മൂന്നു മക്കളെയും തന്നത്. സ്ത്രീയാക്കി. അമ്മയാക്കി. മുലകൊടുത്തു

വളർത്തി. അതിലൊക്കെ തനി മൃഗങ്ങളെപ്പോലെയായിരുന്നു ഞാൻ. ഞാന താസ്വദിച്ചു. ആഘോഷിച്ചു. ഇപ്പോഴും പോയിട്ടില്ല കുട്ടിയും ഞാനും തമ്മിലെ ആ പൊക്കിൾക്കൊടി ബന്ധം. ആത്മാവിനെ എനിക്കത്ര പരിചയമില്ല. അപ രിചിതമായ എന്തോ ഒന്ന് അകത്തുണ്ട്. അതെനിക്കറിയാം. ആത്മാവ്? ഇതെന്റെ പഴയ ശരീരമല്ലേ? പ്രായമായി. കാലിനു വേദനയായി. ഞങ്ങൾക്ക് ഓടാൻ സാധിക്കില്ലെന്ന് അവ പറയുന്നു. എക്സ്പെയറി ഡേറ്റ് കഴിഞ്ഞു. i know it is betraying me. എന്നാൽ എനിക്കെന്റെ ആഘോഷങ്ങൾ കഴിഞ്ഞി ട്ടില്ല. വിദേശത്ത് പോകുന്നതും കവിത ചൊല്ലുന്നതും ഒരുതരം സെലിബ്രേ ഷനാണ്. ഒരു പെർഫോമൻസ്. ശുദ്ധ തിയ്യറ്ററാണ് കവിത. ഇംഗ്ലീഷിൽ പാട്ടു മില്ല ഒന്നുമില്ല. പക്ഷേ ആ വാക്കിന്റെയകത്തുണ്ടാവും സംഗീതം മുഴുവൻ. ധ്വനി. അതറിഞ്ഞവർ മറക്കില്ല. മറ്റെല്ലാറ്റിന്റെയും ധ്വനി അവസാനിക്കും. കവിതയുടെ ധ്വനി അവസാനിക്കില്ല. അതാണ് വാക്കിന്റെ മാന്ത്രികത. ശക്തി. ഒരു വാക്കിൽ ഒതുക്കണം. എന്തൊക്കെ? സ്നേഹം, ഫിസിക്കാലിറ്റി. ശരീരം. എത്ര ചിറകുണ്ടെന്നറിയാമോ ശരീരത്തിന്? ഈ കാണുന്ന ശരീരമൊന്നു മല്ല. അതങ്ങനെ പറക്കുകയാണ്."

ഫ്ളാറ്റിലെ ചെടി നാട്ടിലെ നീർമാതളത്തിലേക്ക് പകർന്നാടുന്നു എന്നു തോന്നി. കൽക്കത്തയിലോ മുംബൈയിലോ കൊളംബോയിലോ തിരുവന ന്തപുരത്തോ കൊച്ചിയിലോ പൂനെയിലോ എവിടെയായാലും കവിയുടെ മണ്ണ് ബാല്യത്തിന്റെ മണ്ണ്. കുളവും കായലും പുഴയും കടലും ഉൾക്കൊള്ളും ആ മൺകുടം.

■

പാക്കിസ്ഥാനിൽ കവിതയുണ്ടോ?

'സമകാലീനകവിത'യുടെ നാലാം ലക്കത്തിൽ അഞ്ചു പാക്കിസ്ഥാനി ക്കവികളുടെ കവിതകൾ ചേർത്തിരുന്നു; സച്ചിദാനന്ദൻ വിവർത്തനം ചെയ്തത്. അഫ്സൽ അഹമ്മദ് സയ്യിദ്, അസ്റാ അബ്ബാസ്, സെയ്ദുദ്ദീൻ, സിഷാൻ സഹീൽ, സർവാത് ഹുസൈൻ എന്നിവരുടെ. പുതിയ കവിത കൾ.

ആ ലക്കം ഇറങ്ങി നാലഞ്ചുനാൾ കഴിഞ്ഞപ്പോൾ സംസ്കൃതം പ്രഫസർ സഹസ്രനാമൻ ചോദിച്ചു: "മാഷേ, ഒരു സംശയം. പാക്കിസ്ഥാനിൽ കവിത യുണ്ടോ?"

"ഉണ്ടല്ലോ, നല്ല കവിത."

"എന്തോ, എനിക്കറിയില്ല. ജിന്ന ഉണ്ടായിരുന്നു. ലിയാക്കത്ത് അലിഖാൻ, അയൂബ് ഖാൻ, യാഹ്യാ ഖാൻ, ഭൂട്ടോ, ബേനസീർ, കലാപം, സ്ഫോടനം, യുദ്ധം, ഭീകരവാദം, നുഴഞ്ഞുകയറ്റം, രാജ്യാന്തര വേദിയിൽ നുണപറയൽ, അണുശാസ്ത്രം എല്ലാം ഉണ്ടായിരുന്നു പാക്കിസ്ഥാനിൽ. കവിത ഉണ്ടായി രുന്നോ? ജനറൽമാരും മൗലവിമാരും ഉണ്ടായിരുന്നു, കവികളുണ്ടായി രുന്നോ?"

"ഉണ്ടായിരുന്നു. അനുസരണത്തിന്റെ മറുപുറം തിരയുന്ന ഭാവന, സഹ നത്തിന്റെ മറുകര ഭരിക്കുന്ന സ്വപ്നം, ഭയത്തിന്റെ ഇരുട്ടിൽ വാക്കിലുദി ക്കുന്ന കനലും. കവിതയിലായിരുന്നു പാക്കിസ്ഥാൻ മനുഷ്യത്വം അടക്കം ചെയ്തത്. വിപത്തുകളിൽനിന്നും മതത്തിന്റെ അമിതഭാരത്തിൽനിന്നും മനു ഷ്യത്വം സ്വയം രക്ഷിച്ചത്. കവികളായിരുന്നു പാക്കിസ്ഥാനിലും സ്വപ്ന നിർമാതാക്കൾ. 'യുദ്ധത്തിനു വിശക്കുന്നു' എന്നു ജനറൽ പറയുമ്പോ ഴൊക്കെ 'സ്നേഹത്തിനു വിശക്കുന്നു' എന്നു പറഞ്ഞുകൊണ്ടിരുന്നു കവിത.'

"മരമനുഷ്യനോ മരമേശയോ
കസേരയോ കട്ടിലോ ഒന്നും
അകത്തില്ലാത്ത വൃക്ഷങ്ങളെ
ഈർച്ചവാൾ നിർമാതാക്കൾ

തീയിന്നു കൈമാറും.
തീയാണ് ഏറ്റവും നല്ല വാങ്ങൽകാരൻ
അതു സ്വന്തം ശരീരം പകരം തരും." (അഫ്സൽ അഹമ്മദ് സയ്യിദ്)

ഉള്ളിൽ പല ദിശകളിലേക്കുള്ള നോട്ടം നിക്ഷേപിക്കപ്പെട്ട കവിതയാണ് പുതിയ പാക്കിസ്ഥാനിക്കവിത. വിഭജനത്തിനും ഭീകരതയ്ക്കുമെതിരായ സാഹോദര്യം ഏതു കവിതയിൽ സഞ്ചരിച്ചാലും നാം കാണും. ഫയ്സ് അഹമ്മദ് ഫയ്സിനും (പാക്കിസ്ഥാനി വൈലോപ്പിള്ളി) അലി സർദാർ ജാഫ്രിക്കും ഇഖ്ബാലിനും മിഴ്സാ ഗാലിബിനുമൊക്കെ മുൻപ്, അറബി-പേർഷ്യൻ കവിതകളിലും സിന്ധുവിന്റെ തീരത്തുദിച്ച ആദിമ ഋക്കുകളിലും വരെ പാക്കിസ്ഥാനിലെ പുതിയ ഉർദുകവിതയുടെ വേരുകൾക്കു പിന്നോട്ടമുണ്ട്.

പാക്കിസ്ഥാനിലെ കവിതയ്ക്ക് ഇന്ത്യൻ കവിതയുടെ പാരമ്പര്യമാണ്; ഒപ്പം അറബി-പേർഷ്യൻ കവിതകളുടെയും. പല വാഗ്ധാരകളിലേക്ക് പല നാടുകളിലെ കവിതകളെ ദിശ മാറ്റുകയായിരുന്നു പിൽക്കാലം. വിഭജിക്കലും പിരിച്ചകറ്റലും; അതു ചരിത്രത്തിന്റെ സ്ഥിരം പണി. വിഭജനത്തിനും പിരിച്ചകറ്റലിനുമെതിരെ മനുഷ്യത്വത്തിന്റെ രക്ഷ തേടിയ കവിത ഒരുപായം കണ്ടെത്തി. കഴുകൻ താഴുമ്പോൾ തള്ളക്കോഴി നോക്കുന്ന നോട്ടങ്ങളെല്ലാം ഉള്ളിലേക്കെടുത്തുവച്ചു. എല്ലാ ദിക്കിലേക്കും പായുന്ന നോട്ടങ്ങൾ. എല്ലാ ദിക്കിലേക്കും നോക്കാതെ കവിതയ്ക്കിന്നു പാലിക്കാനാവില്ല വാക്കിന്റെ അർത്ഥവും അഴകും ജീവനും. ഫയ്സ് അഹമ്മദ് ഫയ്സ് (1978ൽ?) ഇതു പറയുമ്പോൾ ഡൽഹിയിൽ, ജെ.എൻ.യുവിലെ സദസ്സിൽ ഞാനുമൊരു കേൾവിക്കാരനായിരുന്നു.

സഹസ്രനാമനു ബോധ്യമായില്ല.

"പട്ടാളത്തിന്റെ മതവും മതത്തിന്റെ പട്ടാളവും ഉണ്ടായിരുന്നു. യുദ്ധത്തിന്റെ ഋതുക്കളുണ്ടായിരുന്നു, ആയുധങ്ങളുടെ ഭാഷയും സ്ഫോടനങ്ങളുടെ ധ്വനിയുമുണ്ടായിരുന്നു; ചിതറിയ ബിംബങ്ങളും. പൂട്ടാനും കൊല്ലാനും അറകളുണ്ടായിരുന്നു. ചിറകുകളോ, പ്രേമമോ, മണിയറയോ, സ്വാതന്ത്ര്യമോ, സ്വസ്ഥ വാർധക്യമോ, ഒറ്റയ്ക്കിരുന്നു നോവോർക്കുന്ന പക്ഷിപോലൊരു കവിതയോ ഉണ്ടോ പാക്കിസ്ഥാനിൽ?

മുക്കാലിയിൽ കെട്ടി തല്ലുന്നതിന്റെയല്ലാതെ ഏതു താളം? അതിന്റെ കാണികളല്ലാതെ മനുഷ്യരെവിടെ മാഷേ? വാസീമോ ഇൻസമാമോ ബൗണ്ടറിയടിക്കുന്നതിന്റെ ആരാധകരെ ഗാലറിയിൽ കണ്ടിട്ടില്ലെന്നല്ല; സ്ഫോടനത്തിൽ മരിച്ചവരെ വാർത്തയിൽ കണ്ടിട്ടില്ലെന്നുമല്ല. ഇരകളും കാണികളുമല്ലാതെ മനുഷ്യരെവിടെ മാഷേ? എന്റെ അനിയൻ മേജർ മഹേശ്വരൻ പാക്കിസ്ഥാനിവെടിയേറ്റാണു മരിച്ചത്. എനിക്കറിയുന്ന ചില

കുട്ടികളുടെ അച്ഛന്മാർ, മുക്കുവർ പാക്കിസ്ഥാനി ജയിലിലാണ്. കവിതയുണ്ടോ നീതിയില്ലാത്തിടത്ത്?"

നീതിയില്ലാത്തിടത്ത് നീതിക്കുവേണ്ടിയായിരിക്കും കവിത.

അതിർത്തിക്കപ്പുറം ശത്രുക്കളാണെന്നു സൈന്യം പറഞ്ഞു; അല്ല, ബന്ധുക്കളാണെന്നു കവിതയും.

സാധാരണ മനുഷ്യരെപ്പോലെ അതിർത്തിക്കിപ്പുറത്തെ മനുഷ്യരോട് ഇഷ്ടം കൂടാൻ കവിത കൊതിച്ചു.

റമസാൻ നിലാവുപോലെ ആ കവിത അതിരുകളില്ലാത്ത ലോകം കൊതിച്ചു.

അഫ്സൽ അബ്ബാസിന്റെ 'എനിക്കു ഭയമാണ്' എന്ന കവിതയിലെ ചില വരികൾ ഇങ്ങനെയാണ്:

"എനിക്കു ഭയമാണ്,
എന്റെ തൊട്ടരികിലുള്ള വസ്തുക്കളെ
തൊട്ടു കവിതയാക്കാൻ.
ഞാൻ അപ്പം തൊട്ടു,
വിശപ്പ് അതോടെ കവിതയായി.
വിരൽ കത്തികൊണ്ടു മുറിഞ്ഞു,
ചോര കവിതയായി.
ഗ്ലാസ് കയ്യിൽനിന്നു വീണുടഞ്ഞുപോയി,
കഷണങ്ങൾ ഈരടികളായി മാറി.
പ്രാർത്ഥനാമുറിയിൽ ഞാൻ കണ്ണെറിഞ്ഞു,
ദൈവം കവിതയായി മാറി.
എനിക്കു ഭയമാണ്, അകലെയുള്ള
നിങ്ങളെ ധ്യാനിച്ച്, കണ്ട്, തൊട്ട്,
കവിതയാക്കാൻ."

■